संतांमध्ये संत

तुकाराम महाराज

अभंग रहस्य आणि जीवनचरित्र

'विचारनियम' या बेस्टसेलर पुस्तकाचे रचनाकार

सरश्री

सकाळ प्रकाशन

सकाळ प्रकाशन

Santanmadhye Sant Tukaram Maharaj
Abhang Rahasya aani Jivan Charitra
by Sirshree Tejparkhi

First published in Marathi by Sakal Papers Pvt. Ltd.
by arrangement with Tejgyan Foundation

संतांमध्ये संत तुकाराम महाराज

अभंग रहस्य आणि जीवनचरित्र

सरश्री

प्रथम आवृत्ती : नोव्हेंबर २०१७

अक्षरजुळणी आणि मांडणी
अश्विनी महाजन

मुखपृष्ठ चित्र
कुडलय्या हिरेमठ

मुखपृष्ठ मांडणी
मधुमिता शिंदे

प्रकाशक
सकाळ पेपर्स प्रायव्हेट लिमिटेड
५९५, बुधवार पेठ, पुणे ४११ ००२

ISBN : 978-93-86204-85-1

अधिक माहितीकरिता :
०२०-२४४० ५६७८/८८८८८ ४९०५०
sakalprakashan@esakal.com

सरश्रींच्या 'संत ज्ञानेश्वर : समाधिरहस्य आणि जीवनचरित्र' या पुस्तकाकडे, हा ज्ञानेश्वरांच्या वैचारिक मांडणीचा विस्तार आहे, या नजरेने मी पाहतो. अशा प्रकारचे वैचारिक प्रयोग सरश्रींनी याआधी श्रीराम, श्रीकृष्ण, गीता, भगवान बुद्ध, स्वामी विवेकानंद यांच्या संदर्भातही केले आहेत. याचाच अर्थ, परंपरेला आधुनिक दृष्टिकोणातून अधिकाधिक अर्थपूर्ण बनवण्याचा त्यांचा हा महाप्रकल्पच आहे. 'संघ' हा शब्द 'खेळाडूंचा समूह' या अर्थानेसुद्धा उपयोगात आणला जातो. सरश्रीजी म्हणतात, 'या चारही संतांची (ज्ञानेश्वर, निवृत्तिनाथ, मुक्ताबाई आणि सोपानदेव) आध्यात्मिक अवस्था समान पातळीवर होती.' संत ज्ञानेश्वरांना अधिक प्रसिद्धी मिळाली, कारण ते दर्शनी भागातील खेळाडू होते. फुटबॉलच्या खेळात जसे चेंडू गोलपोस्टपर्यंत पोहोचवण्यात सर्वच खेळाडूंचा सहभाग असतो. पण नाव त्याचेच झळकते, जो अंतिम क्षणी पुढे होऊन गोल साकारतो. ज्ञानेश्वर, नामदेव आणि एकनाथ यांच्या या संतपरंपरेत तुकाराम महाराजांना 'खेळाडू' संबोधले आहे. त्याचे स्मरण सरश्रींच्या या रूपकातून होते...!

– डॉ. सदानंद मोरे

संत साहित्याचे अभ्यासक

तू का राम,
मी का नाही

संतांमध्ये संत

तुकाराम महाराज

अभंग रहस्य आणि जीवनचरित्र

पंढरपूरच्या वारीला
श्रद्धेने आणि भक्तिभावाने जाणाऱ्या
सर्व भक्तांना
प्रस्तुत ग्रंथ समर्पित...

अनुक्रमणिका

अखंड भक्तीचे नाव संत तुकाराम

या विश्वात तीन प्रकारचे लोक असतात – पहिले, आयुष्यात येणाऱ्या समस्यांमुळे, दुःखामुळे कोलमडून जाणारे, दुसरे घनघोर दुःखाच्या काळ्या छायेत असतानाही नवीन पहाट उगवण्याची आस लावून बसलेले, प्रत्येक घटनेकडे आशावादी दृष्टिकोणातून पाहणारे आणि तिसऱ्या प्रकारचे असे लोक, जे प्रत्येक समस्येमध्येही काही तरी सकारात्मक विचार बाळगतात. ते आपले मन अकंप, अभंग[१] ठेवून कठीण परिस्थितीतही आपला तोल ढळू न देता धाडसाने उभे राहतात. अशा प्रकारे तिसऱ्या प्रकारच्या लोकांचे जीवन विश्वासाठी प्रेरणादायक ठरते. अशा लोकांच्या जीवनाने प्रेरित होऊन इतर लोक दिव्य भक्ती आणि ईश्वरीय गुणांचे स्मरण करतात.

महाराष्ट्राच्या पावन भूमीत असे अनेक संत होऊन गेले, ज्यांनी लोकांना निस्सीम भक्ती आणि निःस्वार्थ जीवन जगण्याचा संदेश दिला. अशा सर्व संतांची जणू एक माळच होती, आणि हे संत त्यातील एकेक अनमोल मोती! अशाच माळेतील एक अनमोल मोती म्हणजे एक थोर संत, संत तुकाराम महाराज! ज्यांनी संपूर्ण महाराष्ट्रात भक्तीचे एक आंदोलन छेडले. इतकेच नव्हे, तर आयुष्यात आलेल्या असंख्य अडचणी आणि संकटांवर मात करत त्यांनी भक्तिमार्गावरील आपली परिक्रमा अखंड सुरू ठेवली. त्यांनी रचलेले अभंग हे केवळ एक उच्च प्रतीचे वाङ्मयच नव्हे, तर त्यांच्या स्वतःच्या जीवनाचे आणि तत्कालीन

---

१ अखंड, अभंग जे कधीही भंग पावत नाही, जे कधीही खंडित होत नाही असे.

समाजाचे ते प्रतिबिंब आहे.

महाराष्ट्रात संत ज्ञानेश्वर, संत नामदेव, संत एकनाथ, समर्थ रामदास स्वामी यांसारख्या अनेक महान विभूतींनी जन्म घेऊन या विश्वाच्या उद्धारार्थ लोकांना ज्ञान दिले. या महान विभूतींनी पृथ्वीतलावर अनेक महत्त्वपूर्ण कार्ये केली. नैतिक मूल्यांचे जतन केले, लोकशिक्षण, लोककला यांसाठी नवीन दारे खुली केली. तसेच कीर्तन, भजन यांच्या माध्यमातून लोकांना सत्याचा मार्ग दाखवला. भक्तिमार्गासारखे अन्य कितीतरी महत्त्वपूर्ण कार्य या विभूतींद्वारा झाले. खरेतर ईश्वर स्वतःच या सर्व संतांच्या रूपात पृथ्वीवर येऊन लोकांच्या डोळ्यांवरील मायेचा पडदा दूर करतो. अशाच महान विभूतींपैकी एक, संत तुकाराम जवळजवळ ४०० वर्षांपूर्वी या पृथ्वीवर अवतरले. त्यांच्याद्वारे त्या युगात महान असे कार्य घडले. त्यामुळेच मराठी संतांच्या शृंखलेत, 'ज्ञानदेवे रचिला पाया, तुका झालासे कळस' असे म्हणून तुकारामांचा सन्मानपूर्वक उल्लेख केला जातो. अर्थात, महाराष्ट्राच्या या भूमीत विठ्ठलाच्या भक्तीची आणि अध्यात्माची सुरुवात जर ज्ञानदेवांच्या माध्यमातून झाली, तर हे काम पुढे अखंडपणे सुरू ठेवत ते परमोच्च स्थानापर्यंत नेण्याचे कार्य केले तुकाराम महाराजांनी!

आपल्या एका अभंगात[२] तुकाराम महाराज म्हणतात, 'मी स्वतः पारमार्थिक जगातून म्हणजेच वैकुंठातून आलो आहे. या विश्वाला शुद्ध, सात्त्विक ज्ञान प्रदान करणे, हीच माझी खरी भूमिका आहे.' आयुष्य जगताना आपल्याला आलेले अनुभव तुकाराम महाराजांनी इतके सहज आणि कपटमुक्त भावनेने सांगितले की, जे लोक आज तुकारामाचे अभंग म्हणून गातात. वेळोवेळी कणखरपणे आयुष्याचे सार मांडणारी त्यांची अभंगवाणी खरेतर मानवजातीला मिळालेले एक वरदानच आहे. तुकारामांच्या या उपदेशवाणीत काही ठिकाणी कठोरता दिसत असली, तरी ती तत्कालीन समाजातील काही ढोंगी लोकांच्या प्रवृत्तीवर प्रहार करते. परंतु, या कठोरतेच्या मागेही समाजात मानवता या मूल्याची जोपासना होऊन खऱ्या धर्माचे रक्षण व्हावे, हाच त्यांचा शुद्ध, सात्त्विक हेतू होता, हे दिसते.

संत तुकाराम यांचे जीवन म्हणजे जणू विरक्ती आणि भक्ती यांचा सुंदर संगमच! निःस्वार्थ आणि परोपकार यांचा अथांग सागरच! ते लोकांना केवळ असेच ज्ञान देत, जे त्यांनी स्वतः आचरणात आणले होते. त्यांच्या शब्दांत, अभंगांत, कीर्तनांत एक प्रकारची दृढता होती, आत्मविश्वास होता. त्यामुळेच बहिणाबाई सिऊरकर, निळोबा पिंपळनेरकर यांसारखे शिष्य प्रभावित झाले होते.

संत तुकारामांनी सर्व प्रकारच्या शिष्यांना मार्गदर्शन केले. म्हणून त्यांना 'जगद्गुरू'

---

२ आम्ही वैकुंठवासी! आलो याच कारणासी बोलिले जे ऋषी साच भावे वर्ताया!

असेही संबोधले जाते. काही शिष्य केवळ विरंगुळ्यासाठी, समस्यांचे परिमार्जन व्हावे यासाठी अध्यात्म मार्गावर वाटचाल करतात. तर, काही लोकांमध्ये सत्य जाणून घेण्याची एक तीव्र ओढ असते. यातील काही लोक ज्ञान मिळवतातही. परंतु, आपल्यातील अहंकारामुळे ते मार्गापासून भरकटतात, पथभ्रष्ट होतात; काही शिष्य भक्त तर बनतात, पण मोह, माया यांच्या जाळ्यात अडकून ते खऱ्या भक्तीची दौलत हरवून बसतात. खरेतर या सगळ्यांत सत्याच्या मार्गावर चालणारे काही शिष्यच अंतिम सत्यापर्यंत पोहोचण्यात यशस्वी होतात. अशा सर्व प्रकारच्या शिष्यांना योग्य दिशा देणारे सद्‌गुरू होते तुकाराम महाराज! परंतु त्यांनी स्वत:ला कधीही गुरू म्हणवून घेतले नाही.

सहज, सुंदर अशी लोकभाषा आणि भक्ती यांच्या माध्यमातून तुकाराम महाराजांनी आपला संदेश गाथेमध्ये लिहिला आहे. त्यांचा ग्रंथ म्हणजे आजच्या युगासाठी खूप मोठे वरदान आहे.

तुकाराम महाराजांच्या शिकवणीत एक प्रकारचा साधेपणा दिसून येतो. त्यांच्या कथनात समजायला कठीण, भ्रामक किंवा काल्पनिक गोष्टी यांचा समावेश कधीही नसायचा. त्या वेळची परिस्थिती, समाज, त्यांच्यासमोरील लोक यांना विचारात घेऊनच ते मार्गदर्शन करत असत. त्यांच्या मुखातून निघणारे अभंग म्हणजे त्यांच्यात प्रकाशित झालेली सर्वोच्च चेतना आणि भक्ती यांची जणू अभिव्यक्तीच! त्यांनी जीवनात येणाऱ्या प्रत्येक घटनेला, प्रत्येक समस्येला 'पांडुरंगाचे वरदान' समजले. याशिवाय नेहमी निश्चल, अकंप राहण्याचे ज्ञान संत तुकारामांच्या कीर्तन आणि अभंगांतून अगदी सहजगत्या आपल्याला मिळते.

संत तुकाराम यांचे जीवन आणि त्यांनी रचलेल्या अभंगांचे महत्त्व जाणून घेणे म्हणजे आजच्या धावपळीच्या आयुष्यात आंतरिक शांती मिळवण्याचा एक उत्तम मार्गच आहे. खरेतर संत तुकाराम महाराज यांच्या नावातच एक गहिरा संदेश दडला आहे. त्यांच्या नावाचा सखोल विचार केला तर ते, 'तू का राम' असे होते. म्हणजेच तूच का राम (परमचैतन्य), मी का नाही...? असा प्रश्न मनात निर्माण होतो. आपण बऱ्याचदा असे लोक पाहतो जे सतत, 'त्याच्याजवळ बंगला आहे, माझ्याकडे का नाही... त्याच्याजवळ पैसा आहे, माझ्याकडे का नाही... त्याच्याकडे खुर्ची आहे, मग माझ्याकडे का नाही...' असा विचार करत असतात. परंतु, खूप कमी लोकांच्या मनात अशी भावना निर्माण होते, की त्याला आत्मसाक्षात्कार झाला आहे, मग मला का नाही?... तो स्वत: राम (आत्मसाक्षात्कारी) बनला आहे, तर मग मी का नाही...?

तू का राम, मी का नाही...? हा प्रश्न जर तुकाराम महाराजांना विचारला असता, तर त्यांनी मीही राम आहे आणि तूही आहेस, माझ्यातही तो पांडुरंग आहे आणि तुझ्यातही आहे, असे उत्तर दिले असते. जसे, जीझसच्या विधानाचा आंतरिक अर्थही हाच होता,

की मी त्या ईश्वराचा पुत्र आहे आणि तुम्हीदेखील आहात. कारण राम, कृष्ण, जीझस, पैगंबर यांच्यासारख्या महान विभूतींमध्ये इतरांना स्वत:पासून वेगळे समजण्याचा अहंकार पूर्णतः विलीन झालेला होता. त्यामुळेच कदाचित त्यांना इतर सर्व चेहऱ्यांमध्ये स्वत:चा चेहरा दिसत असावा. जणू हे सर्व जण या अवघ्या ब्रह्मांडाशी एकरूप झाले होते. या अद्वैत अवस्थेचे आणखी एक नाव म्हणजे संत तुकाराम! याच भावनेने जर विचार केला, तर तुमचे नाव काहीही असो, तुमच्यातही तोच राम, तेच परमचैतन्य (स्वानुभव) आहे, जे तुकारामांच्या देहात स्थापित झाले होते.

संत तुकाराम यांचे जीवन केवळ तुम्हांला आध्यात्मिक प्रगतीचा, उन्नतीचा मार्गच दाखवत नाही, तर निःस्वार्थ जीवन जगण्याची कलाही शिकवते. त्याचप्रमाणे तुम्हांला आयुष्यात सांसारिक जीवन आणि संन्यासी जीवन यांचा ताळमेळ उत्तमरीत्या कसा साधता येतो, हेदेखील शिकवते. अशा जीवनाला 'तेजसंसारी जीवन' संबोधले गेले आहे. संसारात वावरताना ईश्वराची भक्ती करायची. त्याचबरोबर संसारात येणाऱ्या अडचणी, समस्या, अपयश यांना ईश्वराचा प्रसाद समजून स्वीकार करायचा.

प्रस्तुत ग्रंथातून आपल्याला तुकारामांच्या जीवनातील विविध पैलू आणि विचारांचे दर्शन होणार आहे. शिवाय, त्यातून आपल्याला मनन आणि चिंतन करण्याची प्रेरणाही मिळेल. त्याचबरोबर विश्वाच्या कल्याणासाठी त्यांच्याद्वारे लिहिलेले अभंग योग्य समजेसह गाण्याची शक्तीही मिळेल. खरेतर या विश्वाच्या संसारात जीवनमूल्य जेव्हा कमी व्हायला लागते, तेव्हा असे महान पुरुष या पृथ्वीतलावर जन्म घेतात. जे समाजात भक्ती-आंदोलन उभारण्याच्या उद्देशाने तयार होतात. युगानुयुगे हे घडत आले आहे आणि आजही घडत आहे.

याशिवाय प्रस्तुत ग्रंथात संत तुकाराम महाराजांचे सुंदर अभंग, त्यांचे अर्थ आणि मनन करण्यासाठी काही प्रश्न दिले आहेत; जेणेकरून आपल्यात भक्ती, प्रेम जागृत होऊन आपल्याला मुक्तीनेच मुक्तीचा मार्ग म्हणजे सत्यमार्ग (सतराह) गवसावा.

– सरश्री

या ग्रंथाचा लाभ कसा घ्याल?

संत तुकाराम : अभंग रहस्य आणि जीवनचरित्र हा ग्रंथ एका विशिष्ट उद्देशाने, प्रत्येक साधकाची चेतना आणि सजगता वाढवण्याच्या हेतूने प्रकाशित करण्यात आला आहे. कारण कित्येक लोकांना असा प्रश्न पडतो की, संतांची शिकवण या एकविसाव्या शतकात अमलात कशी आणावी? या प्रश्नाचे उत्तर आपल्याला प्रस्तुत ग्रंथातून मिळू शकेल. या संदर्भात ग्रंथाचा उत्तम लाभ घेता यावा, यासाठी काही महत्त्वपूर्ण सूचना या ठिकाणी देण्यात आल्या आहेत. आपण जर या सूचनांचे पालन केलेत तर निश्चितच या ग्रंथाचा आपल्याला अनोखा लाभ मिळेल.

१. हा ग्रंथ एकूण सहा खंडांमध्ये विभाजित करण्यात आला आहे. वाचकांना निवेदन आहे की, त्यांनी तो दिलेल्या क्रमानुसारच वाचावा, जेणेकरून त्याचा अधिकाधिक आणि संपूर्ण लाभ मिळू शकेल.

२. या ग्रंथात तुकाराम महाराजांचे जीवनचरित्र प्रस्तुत केले आहे. याचा उद्देश केवळ त्यांच्या जीवनातील घटनांचे प्रस्तुतीकरण करणे एवढाच नसून, त्यांनी सांगितलेली मूल्ये आणि अनमोल शिकवण साधकांसाठी दिशादर्शक ठरावी हा आहे.

३. संत तुकारामांचा जन्म, त्यांचे बालपण, त्यांचे सांसारिक जीवन, साधना काळ, त्यांचे भक्तियुक्त जीवन, संतपदी झालेले रूपांतरण, अभंगांच्या माध्यमातून त्यांनी केलेले अव्यक्तिगत कार्य, त्यांची शिकवण असे त्यांच्या जीवनाचे विविध पैलू प्रदर्शित करण्याचा प्रयत्न या ग्रंथाच्या माध्यमातून करण्यात आला आहे.

४. प्रत्येक अध्यायानंतर मनन प्रश्न आणि कार्ययोजना देण्यात आली आहे. याचा लाभ घेऊन आपणही आपल्या जीवनात सुस्पष्टता, आनंद, भक्ती आणि योग्य समज यांचा खजिना प्राप्त करू शकाल.

५. हा ग्रंथ कादंबरीप्रमाणे दोन-चार दिवसांत वाचून संपवू नये. कारण यात सामावलेले ज्ञान हे अतिशय अमूल्य, सखोल आणि उपयुक्त असे आहे. त्यामुळे दररोज एक किंवा दोन अध्याय वाचून त्यावर मनन-चिंतन करा. हा केवळ तुकाराम महाराजांच्या जीवनावरील ग्रंथ नसून यात आपल्या जीवनरूपी पाठशाळेतील अमूल्य असे ज्ञान आहे.

खंड
१

बालक तुकाराम

अध्याय

१

एक भूमी बनली पुण्यभूमी

कारण-परिणाम-कारण

तुमच्यामुळे तुमच्या जन्मभूमीचे नाव अनंत काळापर्यंत सन्मानाने घेतले जाईल का...? हो. हे शक्य आहे. खरेतर प्रत्येकामध्येच अशा प्रकारच्या शक्यता दडलेल्या असतात. त्या जागृत झाल्या, तर त्याची जन्मभूमी संपूर्ण विश्वासाठी वंदनीय ठरू शकते. म्हणूनच सत्याचे उपासक अशा स्थळांच्या दर्शनासाठी तळमळत असतात.

काही स्थळे तर अशी असतात जिथे राजा आणि ज्ञानी महापुरुष दोन्ही विनम्रतेने झुकतात. अशा ठिकाणी मनातील अहंकार समर्पित होऊन मन भक्तिरसात यथेच्छ डुंबते. अशा स्थळी नकारात्मकता, चुकीच्या सवयी यांचा त्याग करण्याची इच्छा प्रबळ होते. अशा ठिकाणी निर्माण होणाऱ्या शुद्ध, सात्त्विक तरंगलहरी मनुष्यामध्ये शुद्धतेच्या आणि पवित्रतेच्या भावना जागृत करतात. त्यामुळेच कदाचित आजही लोक बोधिवृक्षाच्या खाली बसून असीम शांतीचा अनुभव करतात. भगवान बुद्धांच्या साधनेतून आणि समाधी अवस्थेने प्रभावित होऊन आजही लोकांच्या मनात बोधिवृक्षाबद्दल एक विशिष्ट प्रकारचे आकर्षण आहे. हा बोधिवृक्ष पाहण्यासाठी आणि त्याच्या उपस्थितीत शांततेचा अनुभव करण्यासाठी असंख्य लोक 'गया' येथे जातात, त्या पवित्र स्थानाचे दर्शन घेतात.

याच प्रकारे प्रभू श्रीराम यांच्यामुळे 'अयोध्या' पावन भूमी समजली जाते; तर संत कबीर यांच्या दोह्यामुळे प्रभावित होऊन लोक आजही वाराणसीला दर्शनासाठी जातात. गुरू नानक यांच्या वास्तव्यामुळे पंजाबची भूमी पावन झाली; तर भगवान श्रीकृष्णाची द्वारका नगरी असंख्य भक्तांसाठी एक श्रद्धास्थान बनली.

स्थळाची पवित्रता

या भारत भूमीत असे अनेक महापुरुष, आत्मसाक्षात्कारी संत होऊन गेले, ज्यांच्यामुळे त्यांची जन्मभूमी आणि कर्मभूमी पवित्र ठरली, प्रशंसनीय ठरली. महाराष्ट्रातही अशी अनेक ठिकाणे आहेत, जी आजही लोकांच्या मनात श्रद्धा, भक्ती आणि पवित्रता यांच्या भावना जागृत करतात. महाराष्ट्रातील सर्व पवित्र क्षेत्रांचा राजा म्हणजे पंढरपूर. तेराव्या शतकात असेच एक स्थान संत ज्ञानेश्वरांमुळे नावलौकिकास आले, ते म्हणजे श्रीक्षेत्र आळंदी!

सोळाव्या शतकात संत एकनाथ महाराजांच्या आध्यात्मिक कार्यामुळे आणि अद्‌भुत अशा भक्तीमुळे त्यांच्या जन्मस्थानाला लौकिक प्राप्त झाला. ते स्थान म्हणजे पैठण. अशाच प्रकारे सतराव्या शतकात महाराष्ट्रातील एक ठिकाण मोठ्या प्रमाणात लौकिकास आले. इतके की, भक्तीच्या परंपरेत हे स्थान एक मैलाचा दगड बनून राहिले आहे. ते स्थान म्हणजे संत तुकाराम यांचे जन्मस्थान श्रीक्षेत्र देहू!

पुणे शहरापासून जवळच असलेले देहू हे गाव घोरावाडी, भंडारा, भामगिरी यांसारख्या छोट्या-मोठ्या पहाडांवरील गावांमध्ये वसलेले आहे. इंद्रायणीच्या काठावर वसलेल्या या गावाचा तुकारामांच्या अभंगात[१] अनेकदा आलेला उल्लेख, स्तुती सर्वांनाच मंत्रमुग्ध करते. आपल्या अभंगात तुकाराम महाराज म्हणतात, ‘देहू गाव म्हणजे एक पुण्यभूमी आहे आणि या गावात राहणारे लोकही धन्य आहेत. कारण त्यांच्या मुखात सतत हरिनाम असते. अशा या गावात विठ्ठल-रुक्मिणीचे एक मंदिर असून, तेथील मूर्ती उत्तराभिमुख आहेत. तेथे चबुतऱ्यावर एक गरुड असून तो बजरंगबली मारुतीसमोर हात जोडून उभा आहे. दक्षिण दिशेला विघ्नराज गणपती असून, बाहेरील बाजूस एक छोटेसे मंदिर आहे. इंद्रायणी नदीच्या तटावर हरेश्वराचे एक मंदिर आहे. तेथे सिद्धेश्वराचेही मंदिर आहे. अशा पवित्र ठिकाणी संत तुकाराम कीर्तन करत असत आणि त्यांच्या हृदयात विराजमान आहेत विठ्ठल चरण!’

अशा प्रकारे स्वतः संत तुकाराम महाराजांनी आपल्या अभंगातून देहू क्षेत्राचे वर्णन केले आहे. देहूमध्ये जन्म झाल्याने तुकाराम महाराजांच्या मनात अर्थातच देहूबद्दल अत्यंत कृतज्ञतेचे भाव होते. तसे पाहता तुकाराम महाराजांच्या जन्मापूर्वीही देहू ही महाराष्ट्रातील एक पुण्यभूमीच समजली जात असे. तुकारामांच्या जन्मापूर्वीही देहूत अनेक मंदिरे होती. काही लोक तर देहूला साक्षात पंढरपूरच मानतात.

---

१ धन्य देहू गाव पुण्य भूमी ठाव । तेथे नांदे देव पांडुरंग ।।१।। धन्य क्षेत्रवासी लोक दईवाचे । उचारिती वाचे नामघोष ।।धृ।। कर कटी उभा विश्वाचा जनिता । वामांगी ते माता रखुमादेवी ।।२।। गरुड पारी उभा जोडुनिया कर । अश्वत्थ समोर उत्तरामुख ।।३।। दक्षिणे शंकर लिंग हरेश्वर । शोभे गंगातीर इंद्रायणी ।।४।। लक्ष्मीनारायण बल्लाळाचे बन। तेथे अधिष्ठान सिद्धेश्वर ।।५।। विघ्नराज द्वारी बहिरव बाहेरी । हनुमंत शेजारी सहित दोघे ।।६।। तेथे दास तुका करितो कीर्तन । हृदयी चरण विठोबाचे ।।७।।

विश्वंभर यांना स्वप्नात मिळाले संकेत

तुकाराम महाराजांच्या पूर्वजांपैकी आठवे पूर्वज विश्वंभर विठ्ठलाचे महान भक्त होते. विश्वंभर एक सदाचारी पुरुष होते. त्यांच्या पूर्वजांपासून पंढरपूरची वारी करण्याची परंपरा घरात चालत आलेली होती. यातूनही विशेष म्हणजे विश्वंभर पंधरा दिवसांतून एकदा तरी पंढरपूरला जात असत. परंतु, इतक्या शारीरिक मेहनतीमुळे त्यांच्या तब्येतीच्या तक्रारी हळूहळू वाढतच गेल्या. मात्र, भक्त जेव्हा एखाद्या संकटात सापडतो, तेव्हा स्वत: भगवंत त्याला एखादा संकेत देऊन आधार देत असतो. विश्वंभरांबाबतही अगदी असेच घडले. एका रात्री जेव्हा ते अगदी गाढ झोपेत होते, तेव्हा खुद्द पांडुरंग त्यांच्या स्वप्नात येऊन म्हणाले, 'तुझी भक्ती इतकी प्रगाढ आहे, की तुला माझ्या दर्शनासाठी वारंवार पंढरपूरला येण्याची गरजच नाही. कारण मी स्वत:च आता देहूगावात येणार आहे. तेव्हा सकाळी उठल्यानंतर तुला जिथे तुळशी, बुक्का आणि फुले दिसतील, ती जागा शोधून त्या ठिकाणची जमीन खोदून बघ. तिथे तुला माझी मूर्ती दिसेल. या मूर्तीची तू पूजा केलीस तर ती थेट माझ्यापर्यंत पोहोचेल.'

स्वप्नाद्वारे मिळालेल्या मार्गदर्शनानुसार विश्वंभर यांनी ते कार्य सुरू केले. विठ्ठलावर श्रद्धा ठेवत त्यांनी काही ग्रामवासीयांना सोबत घेऊन तुळशी, बुक्का आणि फुले असलेली जागा शोधण्यास सुरुवात केली. काही वेळाने त्यांना देहूमध्ये आंब्याच्या वनात तशाच काही गोष्टी नजरेस पडल्या. आश्चर्य म्हणजे त्याच ठिकाणी जमीन खोदल्यानंतर त्यांना साक्षात विठ्ठल आणि रुक्मिणी यांच्या मूर्तीही मिळाल्या. मग विश्वंभर यांनी इंद्रायणी नदीकाठी एक मंदिर बांधून या सापडलेल्या मूर्तींची स्थापना केली. त्यासोबतच एक प्रार्थनाही केली, 'हे विठ्ठला, तुझ्या भक्तीची ही परंपरा या देहूगावात अशीच अखंडपणे सुरू राहू देत. या देहूगावाला एक पुण्यभूमी म्हणून लौकिक मिळू दे.'

तुमची प्रत्येक प्रार्थना पूर्ण होते

माणसाच्या मनात उत्पन्न होणाऱ्या भावना, प्रकट होणारे विचार हे इतर काही नसून प्रार्थनेचेच एक स्वरूप आहे. प्रार्थनेमध्ये इतकी शक्ती सामावलेली असते, की एखाद्या पर्वताला झुकवण्याचेही सामर्थ्य तिच्यात असते. समस्या येण्यापूर्वीच त्यावर जो उपाय निसर्गाने मनुष्याला बहाल केला आहे, तो म्हणजे प्रार्थना! यानुसारच विश्वंभर यांची प्रार्थना फलदायी ठरली. कारण त्यांच्या प्रार्थनेत एक प्रकारची दृढता, विश्वास, भक्ती आणि नि:स्वार्थ भावना होती. अशा प्रकारे केवळ स्वत:पुरता विचार न करता, व्यापक स्वरूपात विचार करून केलेली प्रार्थना निश्चितच पूर्णपणे फलदायी होते. कारण अशा प्रार्थनेत एकाच वेळी अनेक लोकांच्या कल्याणाचा, उद्धाराचा विचार केलेला असतो.

वास्तवात प्रार्थना ही एक अवस्था आहे. ईश्वराचा प्रसाद ग्रहण करण्यासाठीचे ते एक आसन आहे. ईश्वराशी संवाद साधण्याचे एक उत्तम आणि परमोच्च साधन आहे. प्रार्थनेच्या माध्यमातूनच मनुष्य ग्रहणशील बनतो आणि त्या प्रार्थनेचे योग्य असे फळ प्राप्त करू शकतो. यामुळेच विश्वंभर यांची प्रार्थना फलित झाली. या प्रार्थनेच्या माध्यमातूनच त्यांच्या कुटुंबात विठ्ठलभक्तीची परंपरा सुरू झाली आणि खुद्द देहूगावच त्यांच्यासाठी प्रतिपंढरपूर बनले. म्हणजेच या ठिकाणी भक्तीची एक ज्योत प्रज्वलित झाली आणि या महान कार्यासाठी निमित्त ठरले ते विश्वंभर! मग भक्तीची हीच ज्योत कालांतराने एका भक्तिसूर्यात परिवर्तित झाली. हा भक्तिसूर्य म्हणजे स्वतः संत तुकाराम महाराज! ज्यांच्यामुळे देहूगावाचे नाव आजही मोठ्या भक्तिभावाने घेतले जाते.

कारण-परिणामाचे नैसर्गिक तत्त्व

विश्वंभर यांच्या उदाहणावरून खरेतर एक महत्त्वपूर्ण नैसर्गिक तत्त्व लक्षात येते. ते तत्त्व म्हणजे कारण-परिणाम तत्त्व. मनुष्याच्या मनात निर्माण होणारे भाव, विचार, वाणी अर्थात त्याचे शब्द आणि त्याद्वारे होणाऱ्या त्याच्या विविध क्रिया या सर्व घटकांचा परिणाम यथावकाश मिळतच असतो. कारण निसर्गात कारण-परिणाम हे तत्त्व प्रत्येक क्षणी, सतत सक्रिय असते. तुमच्या आयुष्यात घडणाऱ्या प्रत्येक घटनेमागे निश्चितच काहीतरी कारण असते, ज्याचा परिणाम तुमच्या जीवनावर होतो.

रामायण असो वा महाभारत, संत ज्ञानेश्वर असो वा मोहम्मद पैगंबर, जीझस असो वा भगवान बुद्ध– या सर्व महापुरुषांच्या आयुष्यात अशा काही घटना नक्कीच घडलेल्या आहेत. पुढे जाऊन त्याच कोणत्यातरी महान परिणामाचे कारण असल्याचे सिद्ध झाले आहे. जसे, राजा दशरथाच्या हातून श्रावणबाळाच्या हत्येचे कर्म घडले. तेव्हा श्रावणबाळाच्या अंध असलेल्या आईवडिलांनी राजा दशरथाला शाप दिला होता, 'तूदेखील आमच्यासारखाच पुत्रवियोगात तडफडून मरशील.' या उदाहरणावरून 'कारण-परिणाम' हे तत्त्व निसर्गात सक्रिय आहे, हे समजते.

इथे राजा दशरथाच्या हातून श्रावणबाळाची हत्या होणे ही घटना पुढे घडणाऱ्या इतर सर्व घटनांसाठी कारण ठरली. त्यानंतर प्रभू श्रीराम वनवासात जाणे आणि आपल्या मुलाच्या वियोगात राजा दशरथाचा मृत्यू होणे, या घटना म्हणजे परिणाम होत. खरेतर घडलेल्या घटनांना कारणीभूत ठरणारी कारणेच नंतर परिणाम बनतात. मग हेच परिणाम पुढे घडणाऱ्या घटनांची कारणे ठरतात. म्हणजेच कारण-परिणाम-कारण ही साखळी अखंडपणे चालूच राहते. याचे उदाहरण म्हणजे राम वनवासाची घटना ही कारण बनली, 'रावणाचा मृत्यू' या परिणामासाठी.

संत ज्ञानेश्वर यांच्या जीवनात घडलेल्या अनेक नकारात्मक घटनाही त्यांची सर्वोच्च अवस्था प्रकट होण्यास कारणीभूत ठरल्या. संन्यास घेण्यासाठी विठ्ठलपंत यांच्याकडून झालेले कपट, ही घटना एक कारण होती. याच कारणामुळे ज्ञानेश्वर या बालकाचे संत ज्ञानेश्वरामध्ये झालेले रूपांतरण हा परिणाम विश्वासमोर आला.

याचाच अर्थ, घटना सकारात्मक असो वा नकारात्मक, प्रत्येक घटना सर्वोच्च सकारात्मक परिणामासाठी कारण बनू शकते. त्याचप्रमाणे श्रीविश्वंभरजी यांनी केलेली प्रार्थना हे एक कारण होते. मात्र, याच कारणाचे परिणाम मग अदृश्य स्वरूपात समोर आले आणि त्यांच्या कुटुंबात तुकारामांच्या रूपात एक संत जन्माला आले. हे सर्व सांगण्याचे तात्पर्य हेच, की आजही प्रत्येक जण जे कर्म करत आहे, त्याची फळे पुढे भविष्यात मिळणारच आहेत. अशा प्रकारे हा कारण-परिणाम यांचा प्रवास अखंडपणे सुरूच राहतो.

देहूमध्ये झाले भक्तीचे प्रोग्रामिंग

लहानपणी मनुष्याच्या अंतर्मनात जे प्रोग्रामिंग होते, त्याचा परिणाम माणसाच्या मनावर आयुष्याच्या अखेरच्या क्षणापर्यंत राहतो. कारण लहान मुलांचे अंतर्मन अतिशय ग्रहणशील असते. त्यामुळेच आईवडिलांनी लहानपणी शिकवलेल्या गोष्टींची आणि संस्कारांची छाप मुलांच्या अंतर्मनावर कायम राहते. विश्वंभरांपासून सुरू झालेली भक्तीची परंपरा बोल्होबा (तुकारामांचे वडील) यांच्यापर्यंत संक्रमित झाली. परिणामस्वरूप तुकारामांद्वारे या परंपरेची सर्वोच्च अभिव्यक्ती झाली. अर्थात, ज्या कुटुंबात भक्ती, हरिनामाचा जप, भगवंताची उपासना अखंडपणे सुरू असते, त्या कुटुंबात जन्माला येणाऱ्या बालकाचे जीवनही भक्तिपूर्णच असेल, यात शंकाच नाही.

संत तुकाराम महाराज यांचे आठवे पूर्वज विश्वंभर यांच्यापासून सुरू झालेली त्यांची वंशपरंपरा पुढीलप्रमाणे –

विश्वंभर → हरिबोवा → विठोबा → पदाजीबोवा → शंकरोबा → कान्हया → बोल्होबा → **तुकाराम**

ईश्वराला विविध माध्यमांद्वारे स्वत:ची अभिव्यक्ती करण्याची इच्छा असते. परंतु, तो असेच माध्यम निवडतो जे शुद्ध, पवित्र आणि निर्भय असेल. संत तुकाराम यांचे बालपण अगदी असेच होते. एका वेगळ्याच प्रकारच्या पवित्रतेचे दर्शन त्यांच्या बालपणीच्या वातावरणातून होते. त्याचे सविस्तर वर्णन पुढील अध्यायात विशद केले आहे.

मनन प्रश्न

१. माझ्या एखाद्या कार्यामुळे माझ्या जन्मभूमीचे नाव उज्ज्वल होऊ शकते का? मी असे कोणते काम करू शकतो, ज्याचा लाभ अनेक लोकांना मिळेल?
२. संत तुकाराम यांच्या कुटुंबात भक्तीची मोठी परंपरा होती. आज या युगात माझ्या कुटुंबात भक्तीचे संक्रमण होते का?
३. तुमच्या आयुष्यात अशा कोणत्या घटना घडल्या आहेत, ज्या एखाद्या सकारात्मक परिणामासाठी कारणीभूत ठरल्या आहेत?

कार्ययोजना

'प्रस्तुत ग्रंथाचे पठन करणे, हेदेखील एक कारण आहे, ज्याचा माझ्या जीवनावर भक्तियुक्त परिणाम होणार आहे.' या महत्त्वपूर्ण वाक्यावर मनन करा.

❑❑❑

अध्याय

२

देहूमध्ये उगवला भक्तिसूर्य
तुकारामांचा जन्म

'जेव्हा काळोख होतो, तेव्हा लवकरच सूर्य उगवणार असतो आणि त्याच्या उपस्थितीत खूप मोठे परिवर्तनही होणार असते.'

दाट काळोख म्हणजे सकाळ होण्याचे संकेत. अगदी अशाच प्रकारच्या अस्वस्थ परिस्थितीत महाराष्ट्र असताना जवळजवळ ४०० वर्षांपूर्वी एक असा सूर्य उगवला, ज्यामुळे समाजातील अज्ञानाचा अंधकार दूर झाला. समाजातील अशांतीचे स्थान हरिभक्तीने आणि तत्कालीन कर्मकांडाचे स्थान शुद्धतेने घेतले. त्या सूर्याच्या तेजोमय प्रकाशात असंख्य लोकांना आपल्या जीवनाचा खरा उद्देश समजला. तो सूर्य होता संत तुकाराम महाराज!

तुकारामांच्या जन्मापूर्वीचा महाराष्ट्र

सतराव्या शतकात महाराष्ट्राची भूमी अतिशय अशांत होती. दक्षिण भारतातील राजकीय संघर्ष तर शिगेला पोहोचला होता. गोव्यात पोर्तुगीज, विजापुरात आदिलशाही, अहमदनगरात निजामशाही आणि गोवळकोंड्यात कुतुबशाहीचे राज्य होते. देशातील ही सर्व राज्ये एकमेकांशी संघर्ष आणि लोकांचे धर्मांतरण करण्यात मग्न होती. या बाहेरील राज्यांचा सत्तेसाठीच्या संघर्षामुळे सामान्य जनतेचे जीवन मात्र पूर्णपणे विसकळीत झाले होते. भ्रष्ट राजांनी तर अत्याचाराच्या सर्व मर्यादांचे उल्लंघन केले होते. शिवाय, व्यापारी तर सामान्य लोकांना अक्षरशः लुटत होते. ना महिला सुरक्षित होत्या, ना लहान मुले. एवढेच काय; पण देशातील थोर संतांनाही ना कोणता सन्मान मिळत होता, ना कोणती सुरक्षा. जवळजवळ तेराव्या शतकापासून ते सतराव्या शतकापर्यंत महाराष्ट्रात केवळ धार्मिक मुद्द्यांवर दहशत माजली होती. बाहेरील साम्राज्यांचे आक्रमण आणि अंतर्गत वादविवाद, संघर्ष यामुळे

संपूर्ण महाराष्ट्र अस्वस्थ होता. केवळ राजकीय क्षेत्रातच नव्हे, तर आध्यात्मिक क्षेत्रातही दुष्कृत्यांची कीड लागली होती. उच्च-नीच हा भेदभाव जणू तत्कालीन समाजव्यवस्थेचा एक भागच बनला होता.

संतांनी सावरला महाराष्ट्र

तत्कालीन महाराष्ट्राच्या अस्वस्थ भूमीला योग्य मार्गदर्शन आणि ज्ञानप्रकाशाचीही गरज होती. कारण केवळ बाहेरील आक्रमणे ही एकच समस्या नव्हती; तर अज्ञान, कर्मकांड, धर्मग्लानी यांसारख्या अनेक गोष्टींचा दाट काळोखही सर्वत्र पसरला होता. अशा अशांत भूमीला सावरण्यात त्या काळातील पराक्रमी राजा-महाराजांसह मराठी संतांनीही मोलाचे योगदान दिले. नव्हे, अशा परिस्थितीत संतांनीच या महाराष्ट्राला सावरण्याचे महत्त्वपूर्ण काम केले. याचेच उदाहरण म्हणजे संत ज्ञानेश्वरांनी समाधी घेतल्यानंतर मंगळवेढ्याच्या दामाजीपंतांपासून दौलताबादच्या देवगिरीच्या जनार्दन स्वामींसारख्या संतांचे सेवाकार्य. त्यांनी आपल्या अथक साधनेच्या, तपश्चर्येच्या आणि सेवाकार्याच्या माध्यमातून जन-सामन्यांची चेतना वाढवण्याचे कार्य केले. जनार्दन स्वामींचे शिष्य एकनाथ महाराज यांनी तर आपल्या चरित्रबळावर, गुरुनिष्ठेच्या जोरावर आणि लेखनकार्याच्या माध्यमातून भागवत धर्माचा जयजयकार केला. एकनाथी भागवत, रुक्मिणी स्वयंवर, भावार्थ रामायण यांसारख्या अनेक ग्रंथांच्या आणि भारुडांच्या माध्यमातून महाराष्ट्रात हरिभक्तीची आणि ज्ञानाची एक लाटच उसळली. सप्तशृंगीमध्ये त्र्यंबकराय, चिंचवडमध्ये मोरया गोसावी आणि शिंगणापूरमध्ये महालिंग दास यांसारख्या भक्तांनी लिहिलेल्या ग्रंथांच्या रूपात लोकांच्या जीवनात जणू ज्ञानाची गंगाच वाहू लागली. संत ज्ञानेश्वरांनंतर महाराष्ट्रात भागवत धर्माचा प्रचार-प्रसार करण्यात, त्याचे रक्षण करण्यात संत नामदेव आणि संत एकनाथ या महापुरुषांचे मोठे योगदान होते.

संत तुकारामांचा जन्म

१५९९मध्ये संत एकनाथ महाराजांनी समाधी घेतल्यानंतर जवळजवळ पुढील दहा वर्षांपर्यंत महाराष्ट्राच्या भूमीवर असा एकही संत झाला नाही, ज्याने भक्तीचे आंदोलन छेडले. मात्र, संत ज्ञानेश्वर, संत नामदेव, संत एकनाथ या संतांच्या माळेत इ.स. १६०८मध्ये आणखी एक फूल उमलले आणि पुण्यभूमी देहूमध्ये जन्म झाला तो संत तुकारामांचा!

संत तुकारामांचे कुटुंब

संत तुकारामांचे पूर्ण नाव तुकाराम बोल्होबा आंबिले असे होते. त्यांच्या आईचे नाव कनकाई आणि वडिलांचे नाव वाल्होबा ऊर्फ बोल्होबा, तर त्यांच्या कुळाचे नाव मोरे असे होते.

तुकारामांचे आईवडील सात्त्विक प्रवृत्तीचे होते. ते दोघेही विठ्ठलाचे महान भक्त असल्याने खूप संवेदनशील आणि सरळ स्वभावाचे होते. त्यांनी त्यांच्या घरातच पांडुरंगाचे मंदिर बनवले होते. आषाढी आणि कार्तिकी वारीला ते नित्यनेमाने पंढरपूरला जात असत. तहानलेल्यांना पाणी पाजणे, भुकेल्याला अन्न देणे, संत-सज्जनांचा सन्मान करणे आणि निरंतर पांडुरंगाच्या भक्तीत लीन राहणे, असा बोल्होबा आणि कनकाई यांचा स्वभाव होता. लोकांच्या सेवेतच त्या दोघांनीही आपल्या आयुष्याची अनेक वर्षे व्यतीत केली. परंतु, बोल्होबा हे परमार्थाप्रमाणेच व्यवहारातही अतिशय कुशल होते. प्रामाणिकपणे आपला व्यवसाय करत राहणे, हेच त्यांच्या जीवनाचे ध्येय होते. शेती, सावकारी आणि व्यापार या गोष्टींवरच त्यांच्या कुटुंबाचा उदरनिर्वाह चालत असे.

वैराग्याचा गर्भसंस्कार

बोल्होबा यांना तीन मुले आणि दोन मुली होत्या. त्यांच्या पहिल्या मुलाचे नाव सावजी. कनकाई जेव्हा दुसऱ्यांदा गर्भवती झाल्या, तेव्हा बोल्होबांना जणू वैराग्याचे डोहाळे लागले होते. प्रपंच, सांसारिक कर्तव्ये यामध्ये त्यांना कोणतीच रुची वाटत नव्हती. ते अगदीच अनासक्त झाले होते. दिवसभर केवळ संत नामदेवांच्या अभंगात मग्न होणे, कीर्तन ऐकणे आणि मंदिरात बसून विठ्ठल-रुक्मिणीच्या मूर्तीकडे पाहत राहणे ही प्रबळ इच्छा त्यांच्या मनात जागृत झाली होती. एकांतात राहणे त्यांना आवडू लागले होते. अशा प्रकारे तुकाराम गर्भात असतानाच त्यांच्यावर वैराग्याचे संस्कार होत गेले. परिणामी, तुकाराम संत रूपात जन्माला आले. तुकारामांनंतर कनकाईने पुन्हा तिसऱ्या मुलाला जन्म दिला, ज्याचे नाव होते कान्हाजी. अशा प्रकारे संत तुकाराम हे मधले भावंड होते.

जातिधर्माशी माझे काही देणे-घेणे नाही

अनेक लोकांच्या म्हणण्यानुसार संत तुकाराम यांचा जन्म एका शूद्र कुटुंबात झाला होता; तर काही म्हणतात, की ते मराठा होते. परंतु, खरेतर या वादात पडण्यापेक्षा आपण त्यांच्या जीवनातील सर्वोच्च ज्ञान प्राप्त करण्याचा प्रयत्न करायला हवा. कारण ज्यांनी सत्य मिळवले त्यांची केवळ एकच जात असते, ती म्हणजे मानवता! संत कबीरांनी या गोष्टीचे खूप छान वर्णन केले आहे –

जाति न पूछो साधू की, पूछ लीजिये ग्यान ।।
मोल करो तलवार का, पडा रहन दो म्यान ।।

स्वतः तुकाराम महाराजांनीही आपल्या अभंगात म्हटले आहे –

देई चरणसेवा भूतांचे भजन, वर्णअभिमान सांडवूनि

अर्थात, मला जर केवळ त्या भगवंताची सेवा करायला मिळाली, त्याची भक्ती करण्याची संधी मिळाली, तर माझी जात आणि माझा अहंकारही त्यातच विलीन होईल.

याचाच अर्थ, तुकाराम जातपात यांसारख्या गोष्टीत कधीच अडकत नसत. इतकेच नव्हे; तर ते धर्म, जात, लिंग यांसारख्या सर्व बिरुदांपलीकडे गेले होते. ईश्वराचा भक्त, कोणत्याही जातिधर्मात अथवा कुळात जन्मलेला असो, ते कूळ पवित्रच बनते, असे ते समजत. यामुळेच त्यांनी, *'पवित्र ते कूळ, पावन तो देश जेथे हरीचे दास जन्म घेती,'* अशा अभंगाची रचना केली.

मनुष्याची महानता त्याची जात, धर्म, कूळ यांवर अवलंबून नसते, तर त्याचे चारित्र्य, ज्ञान, भक्ती आणि कार्य यांवर ठरते. भारताच्या या भूमीवर प्रत्येक धर्मात भक्तांची, संतांची शृंखला दिसून येते. याच गोष्टीचे अतिशय सुरेख वर्णन तुकाराम महाराजांनी आपल्या एका अभंगात केल्याचे आढळते. ते म्हणतात, 'संत कबीर, सेना न्हावी, कान्होपात्रा, चोखामेळा यांसारखे कितीतरी संत या भूमीवर झाले आहेत. कोणी जातीने मुसलमान आहे, तर कोणी व्यवसायाने न्हावी. कोणाची जात उच्च दर्जाची मानली जाते, तर कोणाची नीच. परंतु या सगळ्या गोष्टींना काहीच महत्त्व नाही. कारण हे सगळे केवळ हरिभक्तीत लीन आहेत. त्यांच्या भक्तीमुळेच तर ते कायम ईश्वराच्या सान्निध्यात राहिले. त्यामुळेच तर मनुष्याच्या जातीपेक्षाही श्रेष्ठ, महत्त्वपूर्ण आहे त्याची हरिभक्ती!'[१]

मनन प्रश्न

१. माझे लक्ष एखाद्या व्यक्तीच्या ज्ञानावर असते, की त्याची जात, धन आणि धर्मावर?

२. आजच्या या युगात मी कोणकोणत्या बिरुदांमध्ये अडकलो आहे? जसे, स्त्री-पुरुष, काळा-गोरा, श्रीमंत-गरीब, जात-धर्म इत्यादी....

कार्ययोजना

तथाकथित निम्न कुळात जन्माला येऊनही मोक्षपदी पोहोचलेले असे अनेक संत आहेत, त्यांची यादी करा.

❑❑❑

---

१ कबीर मोमीन लतिफ मुसलमान । सेना न्हावी जाण विष्णुदास ।। कान्होपात्र खोदू पिंजारी तो दादू । भजनी अभेदू हरिचे पायी ।। चोखामेळा बंका जातीचा महार ।। त्यासी सर्वेश्वर ऐक्य करी ।।

अध्याय

३

रम्य ते बालपण
सोनेरी १२ वर्षे

आपल्या बालपणाचे वर्णन संत तुकाराम महाराजांनी आपल्या एका अभंगातून केले आहे. या अभंगातून ते म्हणतात, 'माझ्या बालपणातील १२ वर्षे हसतखेळत, बागडत गेली.' जे खेळ ते आपल्या सवंगड्यांसह खेळण्याचा आनंद घेत त्या अनेक खेळांची एक सूचीच या अभंगात दिली आहे. जसे, विटीदांडू, चेंडू, बाहुलीचा खेळ अशा काही खेळांमध्ये छोट्या तुकारामांना आनंद मिळत असे.[१]

देहू गावाला निसर्गसौंदर्याचे जणू वरदानच लाभले होते. कारण अत्यंत शांत असे वातावरण असलेल्या या गावातून इंद्रायणी नदी वाहत होती आणि गावाच्या सभोवताली छोटे-छोटे डोंगरही होते. अर्थातच इंद्रायणी नदीत डुबकी मारण्याची, शिवाय मित्रांसोबत डोंगरात हुंदडण्याची कोणतीच संधी बालक तुकारामांनी सोडली नसेल. अगदी लहानपणापासूनच तुकारामांचा देहूच्या नैसर्गिक सौंदर्याशी ताळमेळ बसला होता. आपल्या अनेक अभंगांमधून संत तुकारामांनी बाळकृष्णाच्या लीला आणि त्याच्या खोडकरपणाचे वर्णन केले आहे. ज्याप्रमाणे बाळकृष्ण द्वारकानगरीत खेळण्यात, बागडण्यात, मस्ती करण्यात मग्न राहायचे, अगदी तसेच बाल तुकारामही देहूमध्ये बालक्रीडा करण्यात मग्न असत.

भावांशी असलेले नाते

संत तुकारामांचे मोठे भाऊ सावजी मूळातच अंतर्मुख, शांत प्रवृत्तीचे होते आणि तुकाराम

१ बाळपणे ऐसी वरुषे गेली बारा, खेळता या पोरा नाना मते ।।१।। विटीदांडू चेंडू लगोऱ्या वाघोडी, चंपे पेंड खडी एकीबेकी ।। हमामा हुंबरी पकव्याच्या वारे, खेळे जंगीभावरे चुंबाचुंबी ।।२।। सेलडेरा आणि निसरभोवडी, उचली बाले धोंडी अंगवळे ।।३।।

लहानपणापासूनच अतिशय संवेदनशील होते. परंतु, त्यांना त्यांच्या समवयस्क मित्रांसोबत मिळून मिसळून खेळायला आवडायचे. कधी भंडारा, भामनाथ यांसारख्या डोंगरांवर, कधी इंद्रायणी नदीत, तर कधी शेतांमधून बालक तुकाराम खेळायचे. शिवाय, आपले सवंगडी आणि लहान बंधू कान्होबा यांच्यासोबत बालपणाचा आनंद घ्यायचे. खरेतर तुकारामांचे धाकटे बंधू कान्होबा आणि त्यांच्यात वयाचे फार अंतर नव्हते. किंबहुना, त्यामुळेच दोघांमध्ये मैत्रीचे नाते घट्ट होते. भावनात्मक दृष्टीनेही पाहिले तर या दोन भावंडांमध्ये खूप साम्य होते. लहानपणापासूनच या दोघांच्या नात्याची वीण खूप घट्ट होती. कान्होबांच्या मनात तुकारामांविषयी अत्यंत प्रेम, आस्था आणि विश्वास होता. याच कारणामुळे जेव्हा संत तुकारामांचे देहावसान झाले, तेव्हा कान्होबांना अतिशय दुःख झाले. ते खूप व्याकूळ झाले होते. याबाबत कान्होबा आपल्या एका अभंगात लिहितात,

'हे प्रिय बंधू तुकाराम, तुझ्या परलोकात जाण्याने मी अनाथ झालो आहे. तुझा वियोग आता मला सहन होत नाही. कृपा करून तू मला तत्काळ भेटायला ये.'[२]

कान्होबा यांनी लिहिलेल्या या ओळींवरूनच समजते, की या दोन्ही बंधूंमध्ये लहानपणापासूनच किती प्रेम होते!

माता कनकाईचे निःस्वार्थ प्रेम

संत तुकारामांच्या जीवनाची पहिली १२ वर्षे म्हणजे जणू एक सुंदर, सोनेरी अध्यायच! कारण या वयात तुकारामांना आई कनकाई आणि वडील बोल्होबा यांचे भरपूर प्रेम मिळाले. आपल्या आईवडिलांमुळे ते स्वतःला नेहमी सुरक्षित समजत असत. विशेषतः माता कनकाईच्या प्रेमाचे वर्णन तुकारामांच्या अभंगातून अनेकदा आढळते.

तुकाराम म्हणतात, 'एका आईसाठी तिची मुलेच सर्वस्व असतात. आईच्या मनात केवळ मुलाचाच विचार असतो. ती आपले देहभान विसरून त्यांच्यासाठी काहीही करायला सदैव तत्पर असते.'[३]

तुकारामांच्या अशा काही रचनांवरून त्यांचे आईवर किती प्रेम होते, हे समजते. वास्तवात मनुष्यातील 'प्रेम आणि विश्वास' या दोन्ही गुणांचे प्रकटीकरण व्हावे, हाच तर प्रत्येक नात्याचा उद्देश असतो. 'प्रेम आणि विश्वास' या दोन गोष्टी ज्या नात्यात अगदी सहजपणे व्यक्त होऊ शकतात, ते नाते म्हणजे आई आणि तिच्या मुलांचे नाते. कारण या नात्यात कुठल्याही देवाणघेवाणीचा हिशेब नसतो. जसे, पती-पत्नीच्या नात्यात अनेक इच्छा

---

२ कान्हा म्हणे तुझ्या वियोगी पोरटी । जालो, दे रे भेटी बंधुराया ।।

३ मातेचिये चित्ती, अवघी बाळकाची व्याप्ती ।। देह विसरे आपुला, जवळीचे घेता सीण गेला ।।

आणि अपेक्षांच्या भिंती तयार होतात, भावाभावांच्या नात्यातही द्वेष, मत्सर यांसारख्या भावना निर्माण होतात. वडील-मुलगा या नात्यातही अनेकदा वैचारिक मतभेद दिसतात. इतकेच नव्हे, तर दोन मित्रांमध्येही गैरसमज निर्माण होऊ शकतात. परंतु, केवळ आई आणि तिच्या मुलांमधील नाते हे निःस्वार्थ, निरपेक्ष आणि प्रेमळ असते. यालाच 'तेजप्रेम' असेही संबोधले जाते. तेजप्रेम म्हणजे विनाअट प्रेम!

अशा प्रकारे बाल तुकाराम कनकाईच्या उपस्थितीत तेजप्रेमाची खरी व्याख्या, परिभाषा शिकत होते. खरेतर आई आपल्या सर्वच मुलांवर सारखेच प्रेम करत असते. आईच्या प्रेमात कोणताही भेदभाव नसतो. परंतु असे असले तरी आपल्या सर्वात लहान मुलावर आईवडिलांचे जास्त लक्ष असते. इतकेच काय; पण खेळताना भावंडांमध्ये कधी भांडणतंटा झाला तर मोठ्या मुलाने छोट्यांना समजून घ्यायला हवे, अशी आईवडिलांची भूमिका, अपेक्षा असते. मात्र, हे पाहून मोठ्या भावाला वाटते, मी जर लहान असतो, तर सर्वांनी माझे ऐकले असते. तुकारामांच्या एका रचनेत याचा उल्लेख आढळतो. ते म्हणतात –

'सर्वात लहान असणेच चांगले, कारण आईवडिलांचे छोट्याकडे अधिक लक्ष असते आणि मोठ्या भावाला लहान भावाचेदेखील सर्व काही मान्य करावे लागते. मोठा भाऊ असला तरी तो छोट्याचे सर्व ऐकतो.'[४]

अशा प्रकारे बाल तुकारामाला लहानपणापासूनच आई-वडील-भाऊ आणि मित्र यांचे भरपूर प्रेम मिळाले. त्यामुळे लहानपणापासूनच त्यांच्या नात्यांची वीण पक्की होती.

वडील बोल्होबांचा आधार

तसे पाहिले तर पित्याचे प्रेम कठोर असते. मात्र, तुकारामांना बोल्होबांकडून केवळ मृदुता आणि ममता मिळाली. खरेतर बोल्होबा हे विठ्ठलाचे निस्सीम भक्त होते. त्यामुळे त्यांच्या मनात प्रत्येकाविषयीच आदर, प्रेम आणि आस्था होती. अशा भक्ताच्या मनात तुकारामांसारख्या ग्रहणशील आणि गोजिरवाण्या मुलासाठी केवळ प्रेमाशिवाय आणखी काय असेल?

माता कनकाईने तुकारामाला प्रेमाची भाषा, अंतर्मनाचे शिक्षण दिले, तर वडील बोल्होबांनी व्यावहारिक पाठ शिकवले. सांसारिक जीवनातही बोल्होबा हेच तुकारामांचे आधारस्तंभ होते. विठ्ठलभक्तीचे संस्कार, खेळ, मौजमजा आणि आईवडिलांच्या प्रेमळ छायेत व्यतीत झालेली तुकारामांची ती सुवर्णमयी १२ वर्षे म्हणजे जणू आनंदाने भरलेला एक अध्यायच होता. तुकारामांचे बालपण हा त्यांच्या आयुष्याचा सर्वात सुखद काळ

---

४ तुका म्हणे बरे धाकट्याचे जिणे ।

होता. परंतु, केवळ १२ वर्षेच त्यांना तो अनुभवता आला. नंतर अवघ्या तेराव्या वर्षी त्यांचे लग्न झाले आणि जणू त्यांच्या आयुष्याची परीक्षाच सुरू झाली. मग तेथूनच सुरुवात झाली एका नव्या अध्यायाची!

मनन प्रश्न

मनुष्याचे बालपण हाच त्याच्या भावी आयुष्याचा पाया आहे, या वाक्यावर मनन करा.

कार्ययोजना

तुमच्या घरातील लहान मुलांवर प्रेमाचा संस्कार होण्यासाठी कार्ययोजना आखा. जसे, मुलांच्या विकासासंबंधी काही पुस्तके वाचून त्यातून काही कार्ययोजना तयार करा. लहानपणापासूनच मुलांना आध्यात्मिक समज प्राप्त व्हावी यासाठी सातत्याने प्रार्थना करणे, त्यांना प्रेरित करणे इत्यादी.

❑❑❑

अध्याय

४

लहान वयातच मोठ्या जबाबदारीची धुरा

संसारात पहिले पाऊल

तुकारामांनी १३-१४ वर्षांचे असतानाच संसारात पाऊल ठेवले. वडिलांची आज्ञा आणि त्या काळातील समाजातील प्रथेनुसार अतिशय लहान वयात त्यांचे लग्न झाले. त्यांच्या पत्नीचे नाव रखमाबाई होते. रखमाबाई अतिशय अशक्त आणि नेहमी आजारी असायच्या. लहान वयातच त्यांना दम्याचा आजार जडला. त्यामुळे तुकारामांच्या आईवडिलांनी त्यांना दुसरे लग्न करण्यासाठी तयार केले. खरेतर तुकाराम महाराजांना हे पसंत नव्हते. पण, यामध्ये त्यांचा काहीच दोष नव्हता. त्यांच्या आईवडिलांची त्या वेळी जी समज होती, त्यानुसार ही घटना घडली.

तुकारामांच्या कुटुंबाची आर्थिक स्थिती चांगली होती. गावात दोन-तीन घरे, शेती, बैल, सावकारी, व्यापार आणि दुकान या सर्व गोष्टींमुळे तुकारामांचे कुटुंब एक श्रीमंत आणि प्रतिष्ठित समजले जात असे. अशा घराण्यातील सून सतत आजारी आणि कमकुवत असणे ही बाब त्यांच्या प्रतिष्ठेत बाधा ठरत होती. या सर्व गोष्टी आणि तुकारामांचे वय लक्षात घेऊन त्यांच्या आईवडिलांनी मुलाच्या प्रेमापोटी त्यांच्यासाठी दुसरी मुलगी पाहिली. पुण्यातील एक मोठे सावकार आप्पाजी गुळवे यांच्या मुलीशी तुकारामांचे दुसरे लग्न झाले. त्यांच्या दुसऱ्या पत्नीचे नाव जिजाई ऊर्फ आवली असे होते. आवली ही श्रीमंत घराण्यातील आणि चिडचिड्या स्वभावाची मुलगी होती.

नवीन संसाराचा प्रारंभ

संसारातून पूर्णपणे मुक्त होण्याचा आणि आपल्या खांद्यावरील सर्व जबाबदाऱ्या मुलांवर सोपवण्याचा विचार आता बोल्होबांच्या मनात येऊ लागला. त्यानुसार त्यांनी आपले थोरले

पुत्र सावजी यांच्यावर व्यापाराची जबाबदारी सोपवण्याचा प्रयत्न केला. परंतु, सावजी यांनी अतिशय नम्रपणे बोल्होबांना सांगितले, ''मी या संसाराच्या प्रलोभनांमध्ये मुळीच अडकू इच्छित नाही. कारण मला परमार्थाच्या मार्गावर जायचे आहे. मला तीर्थयात्रा करायची आहे. माझ्या या मनुष्यजन्माचे सार्थक व्हावे, अशी माझी इच्छा आहे. हा मनुष्य देह ज्या हेतूने मला प्राप्त झाला आहे, तो हेतू पूर्ण व्हावा, असे मला वाटते.''

सावजी यांची व्यापारासंबंधीची अशी उदासीनता पाहून बोल्होबांसमोर आता एकच पर्याय शिल्लक होता, 'तुकाराम!' तुकाराम हे लहानपणापासूनच हुशार, बुद्धिमान आणि कार्यकुशल होते. अर्थातच, बोल्होबांनी व्यापाराची जबाबदारी तुकारामांवर सोपवली. कुशलतेने व्यापार करण्यासाठी आवश्यक ते सर्व प्रशिक्षण बोल्होबा यांनी तुकारामांना दिले. अतिशय लहान वयातच तुकाराम व्यापारी बनले. दुकानाची सर्व व्यवस्था पाहणे, सगळा हिशेब सांभाळणे, शेती आणि त्यासंबंधीचे व्यवहार पाहणे, सावकारीकडे लक्ष देणे, अशा सर्व कामांची जबाबदारी तुकारामांवर होती. परंतु, लहान वयातही तुकाराम या सर्व जबाबदाऱ्या नेटाने सांभाळत होते. ही बाब सर्वांसाठीच आश्चर्यकारक होती.

बोल्होबांनी तुकारामांना व्यापारासंबंधीचे काही नियम घालून दिले होते. जसे, व्यापारात अतिशय दक्ष राहिले पाहिजे, फायदा-तोटा यांवर नेहमी काटेकोर नजर असायला हवी. व्यवहार करताना अशा सर्व गोष्टींवर लक्ष ठेवले, तर व्यापारात वृद्धी होते.[१] असे सगळे नियम पाळले, तर आपलेच हित (तेजलाभ) होणार आहे, वगैरे.

व्यवहारात कुशल तुकाराम

अतिशय कमी वेळेत तुकाराम आर्थिक व्यवहार, व्यापार आणि सावकारी या गोष्टी शिकले. बोल्होबा यांचा हा मुलगा अतिशय हुशार आणि सतर्क आहे, अशा शब्दांत गावातील लोक त्यांची प्रशंसा करत. माता कनकाई आणि बोल्होबा यांच्यासाठी ही अतिशय अभिमानास्पद बाब होती. आपल्या तिन्ही मुलांपैकी केवळ तुकारामच असे होते, ज्यांच्याकडे कनकाई आणि बोल्होबा आशेने पाहत असत. केवळ तुकारामच नव्हे, तर त्यांची दुसरी पत्नी आवलीदेखील सांसारिक जबाबदाऱ्या निभावण्यात कुशल होती. तुकारामांची व्यवहारकुशलता आणि पत्नी आवलीची कर्तव्यनिष्ठा यांमुळे त्यांचे सांसारिक जीवन चांगलेच फुलत होते.

अशा प्रकारे व्यापारात होणारी प्रगती, आईवडील व दोन्ही भावांचे प्रेम, दोन चारित्र्यवान पत्नींची साथ आणि गावातील लोकांकडून मिळणारा मानसन्मान या सर्व

---

१ 'देणे घेणे उदीम हातवटी। तोट्यानफ्यात असावी दृष्टी। जेणे स्वहित होईल शेवटी! तैसी गोष्टी करावी।'

गोष्टींमुळे तुकारामांच्या घरात अगदी आनंदाचे वातावरण होते. अर्थात, इतक्या लहान वयात अशी कर्तबगारी गाजवूनदेखील तुकाराम अतिशय विनम्र होते. कारण आपल्याला जे काही मिळाले आहे, ते त्या पांडुरंगाच्या कृपेनेच, अशी कृतज्ञतेची भावना त्यांच्या मनात होती.

या जगातील प्रत्येक धर्माने आणि पंथाने 'पॉवर ऑफ ग्रॅटिट्युड'ला महत्त्व दिले आहे. पुरातन काळात तर प्रत्येक वैज्ञानिक, संशोधक, तत्त्ववेत्ता यांसारख्या मोठ्या पदांवर असलेल्या व्यक्ती कृतज्ञतेच्या भावनेतच राहत असत. परंतु काळाच्या ओघात लोक ही शक्ती विसरले. त्यामुळेच त्यांच्या आयुष्यात प्रत्येक गोष्टीत 'अभावाची भावना' दिसते.

सुखी कुटुंब, प्रेम, शांती, आनंद, समृद्धी, आरोग्य, पैसा, वेळ, नात्यांमधील गोडवा, शरीर आणि मन यांमध्ये भरपूर ऊर्जा, यशाच्या शिखरावर घेऊन जाणारे सद्‌गुण, जगण्यातील सौंदर्य वाढवणारे ज्ञान, आध्यात्मिक समज, अशा कितीतरी गोष्टी या निसर्गात मुबलक प्रमाणात आहेत. शिवाय, सर्वांसाठीच त्या उपलब्ध आहेत. मात्र, जे लोक नेहमी कृतज्ञतेच्या भावनेत राहतात, त्यांच्याच जीवनात सर्व काही मुबलक प्रमाणात येत राहते. तुकारामांच्या जीवनातही अशा सर्व गोष्टी उपलब्ध होत्या; कारण ते कृतज्ञ होते. खरेतर ईश्वर अशा कृतज्ञ व्यक्तींना सर्व काही देतो; परंतु अनेकदा तो त्यांची परीक्षाही पाहत असतो. कारण अशा असामान्य लोकांनी संसाराच्या बंधनात अडकून केवळ व्यक्तिगत जीवन जगून पृथ्वीवरून जाऊ नये, असे ईश्वराला वाटते. असे लोक अव्यक्तिगत कार्यासाठी निमित्त बनावेत, हीच 'हरीची इच्छा' असते. वयाच्या १६-१७ वर्षांपर्यंत सर्व प्रकारचे यश तुकारामांच्या पायावर लोळण घेत होते. परंतु, त्यानंतर त्यांच्या जीवनात अनेक कठीण आणि कसोटीचे प्रसंग आले. त्यामुळेच मग ते सांसारिक सुखाच्या आणि यशाच्या भ्रमातून बाहेर येऊन खऱ्या जीवनाकडे वाटचाल करू शकले. ते कसोटीचे क्षण नेमके कोणते होते, ते जाणू या आपण या पुढील खंडात...

मनन प्रश्न

'मला कृतज्ञतेच्या शक्तीचे (पॉवर ऑफ ग्रॅटिट्यूडचे) महत्त्व किती समजले आहे?' या प्रश्नावर मनन करा.

कार्ययोजना

तुमच्या आयुष्यातील कोणकोणत्या गोष्टींसाठी तुम्ही कृतज्ञ आहात, त्यांची यादी तयार करा.

❑❑❑

खंड

२

सांसारिक तुकाराम

अध्याय

५

संसारातील व्यर्थतेचे दर्शन

दु:खद घटनांचा आघात

खेळण्या-बागडण्याच्या वयातच तुकारामांच्या खांद्यावर व्यापार, शेती आणि कौटुंबिक जबाबदारी पडली. लग्नानंतरची चार वर्षे तुकारामांचे जीवन प्रेम, समृद्धी आणि यश या गोष्टीने परिपूर्ण होते. परंतु, त्यांचा जन्म हा केवळ त्यांच्या कुटुंबासाठीच झाला नव्हता; तर संपूर्ण विश्वाची सेवा करण्यासाठी त्यांचे आगमन या पृथ्वीवर झाले होते. त्यामुळे त्यांच्या जीवनात अशा काही घटना घडल्या, ज्या त्यांना संसारातून मुक्त करण्यासाठी निमित्त ठरल्या. अशा घटनांना म्हणतात, टेस्टिंग, परीक्षा!

टेस्टिंग म्हणजे आपल्या जीवनात येणारी एखादी समस्या. कोणाच्या जीवनात आरोग्याशी संबंधित समस्या उद्‌भवते, तर एखाद्याच्या जीवनात पैशाशी संबंधित. कोणी नात्यांच्या गुंत्यात अडकलेला असतो, तर कोणी मानसिक विकारांना बळी पडतो. एखाद्या मनुष्याच्या कुटुंबातील सदस्याचा अचानक मृत्यू होतो आणि त्याच्या जीवनात जणू काळोखच पसरतो. अशा अनेक समस्यांना सामोरे जाऊनही, जो केवळ ईश्वरावर विश्वास ठेवून सत्याच्या मार्गावर वाटचाल करतो, त्यालाच मुक्ती मिळते. केवळ १७ वर्षांच्या वयात तुकारामांच्या जीवनात असेच काही प्रसंग घडले होते.

पहिला आघात

सतरा वर्षांच्या वयातच तुकारामांना एका दु:खद घटनेला सामोरे जावे लागले. या घटनेतून त्यांच्या आयुष्यात दु:खाची जणू शृंखलाच सुरू झाली, जी पुढे अनेक वर्षे चालत राहिली.

तुकारामांना त्यांच्या आईवडिलांचा खूप मोठा आधार होता. वडिलांनी तर व्यापाराची पूर्ण जबाबदारीच त्यांच्यावर सोपवली होती. परंतु, ते तुकारामांना वेळोवेळी मार्गदर्शन करत

असत. ज्या वेळी तुकारामांच्या वडिलांचे म्हणजेच बोल्होबांचे निधन झाले, त्या वेळी तुकाराम केवळ १७ वर्षांचे होते. तुकारामांच्या सांसारिक जीवनावर झालेला हा पहिला मोठा आघात होता, जो तुकाराम आपल्या अभंगातून[१] व्यक्त करतात –

'वडिलांचा मृत्यू हा तुकारामांसाठी खूप मोठा धक्का होता. कारण जोपर्यंत वडिलांचा आधार होता तोपर्यंत ते निश्चिंत होते. खरेतर तुकारामांनी आपल्या कुटुंबाची जबाबदारी जरी आपल्या खांद्यावर घेतली असली, तरी किमान त्या वेळी त्यांना वडिलांचा आधार होता.'

या आघाताने तुकाराम खूप दुःखी आणि व्याकूळ झाले. पतीच्या अचानक झालेल्या निधनामुळे कनकाईची तर जगण्याची उमेदच खचून गेली. तो असा काळ होता, जिथे पती हेच स्त्रीसाठी सर्वस्व होते. पतीच्या निधनानंतर पत्नीचे जीवन व्यर्थ मानले जात असे. हसत्या-खेळत्या आंबिले कुटुंबावर झालेल्या या अचानक आघाताने तुकाराम अंतर्मुख झाले. हळूहळू त्यांचा व्यापारातील रस कमी होत गेला. केवळ घर चालवण्यापुरतेच ते व्यापार करू लागले. बोल्होबा हे तुकारामांसाठी केवळ आधारच नव्हते, तर ते त्यांचा प्रेरणास्रोत होते. नवीन क्षेत्रात वाटचाल करताना एखाद्या मार्गदर्शकाची नितांत आवश्यकता असते. त्याचा हात धरून मार्गक्रमण करणे मनुष्यासाठी सुकर बनते. अशा वेळी तो मार्गदर्शक अर्ध्यातूनच हात सोडून गेला, तर मनुष्याला पुढील यात्रेची भीती वाटते आणि तो बेचैन होतो. अशा प्रकारे तुकारामही वडिलांच्या मृत्यूने अतिशय उदास आणि बेचैन झाले होते. परंतु, तरीही त्यांनी आपल्या कुटुंबाची जबाबदारी नेटाने सांभाळली.

दुसरा आघात

वडिलांच्या मृत्यूनंतर साधारण वर्षभरातच तुकारामांच्या आईचेही निधन झाले. त्यानंतर ते अनाथ झाले. सदैव आईचे निरपेक्ष प्रेम मिळालेले तुकाराम आता एकाकी झाले. त्यांच्या आयुष्यात जणू अंधारच दाटला होता. त्यांच्या अंतर्यामी दुःखाच्या लहरी उठत होत्या आणि बाहेर प्रतिकूल परिस्थिती निर्माण होऊ लागली होती.

तिसरा आघात

आईच्या निधनानंतर तुकारामांचे मोठे भाऊ सावजी यांच्या पत्नीचाही मृत्यू झाला. आपल्या कुटुंबाची ही दयनीय अवस्था पाहून तुकारामांच्या मनात खळबळ माजली. सर्वप्रथम पिता, त्यानंतर माता आणि आता वहिनी... कुटुंबातील एकेक सदस्य त्यांच्यापासून दूर होत होता. यातूनच त्यांना नाशवंत संसारातील व्यर्थतेचे दर्शन घडू लागले.

पत्नीच्या निधनानंतर सावजींनी संसारातून निवृत्ती घेतली. आधीच प्रपंचात रस

---

१ 'बाप मेला न कळता, नव्हती संसाराची चिंता।'

नसलेले सावजी, आई, वडील आणि पत्नी यांच्या मृत्यूने आणखीच विरक्त बनले आणि ते तीर्थयात्रेला निघून गेले. त्या वेळी त्यांचे वय जेमतेम २० वर्षे होते. खरेतर पुन्हा लग्न करून ते संसार थाटू शकले असते. परंतु त्यांना कशातच रस नव्हता. सप्तपुरी, बारा ज्योतिर्लिंग अशा अनेक तीर्थांच्या यात्रा करत ते शेवटी काशीला जाऊन पोहोचले. आपल्या आयुष्याचा उर्वरित काळ त्यांनी तिथेच आत्मचिंतनात व्यतीत केला.

आपल्या मोठ्या भावाच्या वियोगाने तुकाराम अधिकच व्यथित झाले. आईवडिलांच्या मृत्यूनंतर आपल्या दोन पत्नी, मुले, छोटा भाऊ, बहीण, दुकान, बैल, कर्जदार या सगळ्यांना त्यांनाच तोंड द्यायचे होते. त्यांनी काही लोकांकडून कर्जही घेतले होते, तर काहींना दिले होते. व्यापाराची तसेच वहीखाते सांभाळण्याची अशी सर्व जबाबदारी आता तुकारामांवरच येऊन पडली होती. आयुष्याचा प्रत्येक क्षण त्यांच्यासाठी कसोटीचा होता. असे असूनही पूर्ण धैर्याने आणि साहसाने त्यांनी आपले जीवन सावरण्याचा प्रयत्न केला. परंतु, दुःखद आघातांची ही शृंखला अजूनही संपली नव्हती. याचे विस्तारित रूप काय होते, हे पुढील अध्यायात जाणून घेऊ या.

मनन प्रश्न

माझ्या आयुष्यात घडणाऱ्या दुःखद घटनांमागील संकेत ओळखण्यात मी समर्थ ठरत आहे का?

कार्ययोजना

जीवनात येणाऱ्या कठीण आपत्तींमध्ये कोणकोणत्या संधी दडलेल्या असतात, यावर लिखित स्वरूपात मनन करा.

❑❑❑

अध्याय

६

संसाराच्या दुष्टचक्रात तुकाराम
इकडे आड तिकडे विहीर

अनेक सांसारिक आघातांमुळे अंतर्मुख आणि उदासीन बनलेले तुकाराम यांचे व्यापारातील लक्ष हळूहळू कमी होऊ लागले होते. ज्या उत्साहाने ते पूर्वी सर्व कामे करत असत, तो उत्साह आता मावळला होता. त्यांच्या या दुर्बलतेचा अनेकांनी गैरफायदाही घेतला. त्यांच्याकडून ज्यांनी कर्जे घेतली होती, तेच आता पैसे परत करण्यासाठी नकार देऊ लागले. उलट, तुकारामांनी ज्यांच्याकडून कर्ज घेतले होते ते लोक वारंवार त्यांच्याकडे येऊन पैशासाठी तगादा लावू लागले. उदासीन अवस्था झालेल्या तुकारामांना आता व्यापारात अनेक समस्यांचा सामना करावा लागला. त्यांच्या संयमी वृत्तीमुळे आणि धैर्याने प्रत्येक परिस्थितीला सामोरे जात त्यांनी आपल्या दुकानात दिवसरात्र मेहनत केली. परिस्थितीत सुधारणा घडवून आणण्याचा खूप प्रयत्न केला. परंतु, त्यांचे सर्व प्रयास व्यर्थ ठरले.

दिवसरात्र मेहनत करूनही तुकारामांची परिस्थिती सुधारत नव्हती. आता सावकारांकडून कर्ज घेण्याव्यतिरिक्त त्यांच्याकडे दुसरा पर्याय उरला नव्हता. जेव्हा परिस्थिती आणखी हलाखीची होत गेली, तेव्हा घरातील एकेक वस्तू त्यांना बाजारात विकावी लागली. यात अनेकदा त्यांच्या हितचिंतकांनी त्यांना आधार देण्याचा प्रयत्न केला. त्यांची पहिली पत्नी रखमा ही तशी गरीब घरातील होती. मात्र, दुसरी पत्नी आवली ही सधन कुटुंबातील असल्याने आवलीचे वडील म्हणजेच तुकारामांचे सासरे यांनी त्यांना आर्थिक मदतही केली. परंतु, या सर्व प्रयत्नांनंतरही तुकारामांचा उघडा पडलेला संसार झाकला जाऊ शकला नाही.

बाहेर सावकार, घरात बंडखोर पत्नी

तुकारामांची पहिली पत्नी अतिशय शांत स्वभावाची होती. मात्र, त्यांची दुसरी पत्नी आवली

अतिशय चिडखोर आणि कजाग होती. तिचे बोलणेही फटकळ होते. तुकारामांच्या सांसारिक असमर्थतेमुळे आवली त्यांना सतत टोमणे मारायची. ते घरी येताच, कोणत्याही कारणांवरून त्यांच्याशी भांडण करायची. कारण, ती सधन खानदानात लाडात वाढली होती. त्यामुळे तिने असे दारिद्र्य यापूर्वी पाहिले नव्हते. त्यातच तुकारामांची व्यापारातील उदासीनता आणि त्यांच्या मुखातून निरंतर होणारा विठ्ठल-नामाचा जप पाहून तिच्या रागाचा पारा आणखीच चढायचा. केवळ तुकारामांनाच नव्हे, तर साक्षात विठ्ठलालाही ती उणेदुणे बोलायची. पांडुरंगाबद्दलही वाईट बोलण्यास ती कचरत नसे. व्यापारातील अपयश, देणेकऱ्यांचा तगादा आणि पत्नीकडून शिव्यांची लाखोली अशा परिस्थितीत तुकाराम पुरते अडकले होते. 'इकडे आड तिकडे विहीर' अशी त्यांची अवस्था झाली होती. ना ते पलायन करू शकत होते, ना परमार्थमार्गावर शांतीने आणि निश्चिंतपणे वाटचाल करू शकत होते.

आता तर तुकारामांना कर्ज किंवा उधार देण्यासही कोणी तयार होत नव्हते. मात्र, शांत आणि सुस्वभावी तुकाराम व्यापारात गरिबांना सूट देत असत. ते अनेकांचे कर्ज माफ करत असत. त्यामुळे आवलीचा राग आणखीच अनावर होत असे. संसाराच्या या समस्यांनी तुकारामांची अवस्था अतिशय दयनीय झाली होती. संपूर्ण गावात त्यांचे हसे होत होते. 'याची बायको तर याला सारखे टोमणे मारत असते... सावकाराचे कसे हाल चालले आहेत बघा... पूर्वी तो इतरांना कर्ज द्यायचा, परंतु आता स्वतःच सावकारांचे उंबरठे झिजवतोय...' अशा प्रकारच्या लोकनिंदेने तुकाराम अतिशय दुःखी व्हायचे. इतकेच नव्हे, तर सतत विठ्ठल-नामाच्या जपानेच तुकारामांची ही अवस्था झाली आहे, असे म्हणून लोक तुकारामांना अपमानित करायचे. यातही तुकाराम आणि पत्नी आवली यांच्यात होणारी भांडणे हादेखील संपूर्ण गावात एक चर्चेचा विषय बनला होता. अगदी लहानांपासून मोठ्यांपर्यंत सर्व जण त्यांची टिंगल करत असत.

एके दिवशी तुकाराम बैलावर बसून धान्य आणत होते. परंतु धान्याचे एक पोते रस्त्यातच पडले. त्यांच्या घरी चार बैल होते. त्यापैकी तीन बैल एका रोगाने अचानक मरण पावले. अशा अनेक घटनांमुळे तुकारामांची जणू परीक्षाच चालू होती. अतिशय बिकट परिस्थितीतून तुकारामांची वाटचाल सुरू होती. अशात जवळचे कोणी एखादे मनोबल वाढवणारे असेल, तर माणसाला धीर मिळू शकतो. परंतु, आवलीमुळे त्यांचे उरलेसुरले अवसानही गळून जात असे. एकदा तुकारामांनी मिरची खरेदी करून कोकणात मिरचीचा व्यापार करण्याचा प्रयत्न केला. परंतु तेथेही ते नफा मिळवू शकले नाहीत. उलट, काही लोकांनी तुकारामांच्या भोळ्याभाबड्या स्वभावाचा गैरफायदा घेऊन त्यांची फसवणूक केली. तरीही, ईश्वरकृपेने त्यांना व्यापारातून काही पैसे मिळाले. तेव्हा वाटेत त्यांना एक बदमाश माणूस भेटला. त्याने तुकारामांना सोन्याचे पाणी दिलेले कडे आपल्या हातातून काढून दिले

आणि त्या मोबदल्यात भली मोठी रक्कम घेऊन पोबारा केला. भोळ्या तुकारामांनी हा सौदा केला खरा; परंतु गावी आल्यानंतर गावकऱ्यांकडून त्यांना कळले की, हे कडे तर पितळेचे आहे. अशा प्रकारे तुकारामांची गावात अनेक वेळा फजिती झाली. त्याचबरोबर अशा प्रसंगी आवलीच्या रागालाही त्यांना तोंड द्यावे लागत असे.

एकदा आवलीने मोठ्या कष्टाने तुकारामांना दोनशे रुपये दिले. तुकारामांनी त्या पैशाचे मीठ विकत घेतले आणि दूर जागी जाऊन ते नफ्यात विकले. परंतु, घरी परत येत असताना रस्त्यात त्यांना एक गरीब ब्राह्मण दिसला, जो भुकेने व्याकूळ होता. त्याची परिस्थिती अत्यंत हलाखीची होती. संवेदनशील स्वभावाच्या तुकारामांनी न राहवून आपल्याकडील सर्व पैसे त्याला देऊन टाकले. मात्र, घरी परतल्यावर त्यांना आवलीच्या रुद्रावताराचा सामना करावा लागला. अशा प्रकारे तुकाराम संसाराच्या दुष्टचक्रात, दुःखद घटनांच्या भोवऱ्यात फसले होते. अग्निपरीक्षेचा काळ त्यांच्या जीवनातून हटण्याचे नावच घेत नव्हता. अशातच आणखी एक कसोटीचा प्रसंग त्यांच्या आयुष्यात आला. त्याबद्दल आपण जाणू या पुढील अध्यायात...

मनन प्रश्न

संसारात दिसणाऱ्या गरीब, अपंग लोकांकडे पाहून माझ्या मनात करुणेचा भाव जागृत होतो का?

कार्ययोजना

आज एखाद्या गरजू व्यक्तीला दान द्यायचे आहे.

❑❑❑

अध्याय

७

दुष्काळाचा भडका
दुःखाची परिसीमा

सृष्टीचा चमत्कार मानवी बुद्धीच्या आकलनापलीकडील बाब आहे. सृष्टीतील विविधता ही ईश्वराची सर्वश्रेष्ठ रचना आहे. इथे आकाशाला भिडणारे पर्वत आहेत. तसेच, पाताळाचे दर्शन घडवणाऱ्या दऱ्यादेखील आहेत. इथे नापीक जमिनींचे वाळवंट आहे, तर अनेक ठिकाणी हिरवळ आहे. कुठे ज्ञान-विज्ञानाचा संगम आहे, तर कुठे अज्ञान आणि मनुष्यांमधील विशिष्ट धारणा आहेत. कुठे चेतनेची उच्च जाणीव आहे, तर कुठे हीच चेतना खालावलेली आढळते. कुठे पवित्र नद्या वाहतात, तर कुठे गटारी आहेत. कुठे सुखसुविधा, स्वास्थ्य आणि समृद्धीचा वर्षाव आहे, तर कुठे दुःख, दारिद्र्य, रोगराईचे चित्र दिसते. काही ठिकाणी सुखात लोळणारे लोकही आहेत, तर कुठे दुःखद गीत गाणारे अज्ञानीही आहेत. कुठे तीव्र दुष्काळामध्ये ईश्वराच्या आराधनेत तल्लीन झालेले तुकारामांसारखे महान भक्तदेखील आहेत.

दुष्काळात मृत्यूचे तांडव

सन १६२९च्या दरम्यानचा काळ. नर्मदा नदीच्या खालील क्षेत्रात दक्षिण प्रांतामध्ये सूर्याची प्रखरता वाढत होती. जवळपास दोन वर्षे पावसाचा एक थेंबही या भागात पडला नव्हता. नद्यांचे पात्र कोरडे पडले होते. कुठल्याही शेतामध्ये दूरदूरपर्यंत पिकांचा मागमूसही नव्हता. कारण, तेव्हा वाहतुकीची साधनेच उपलब्ध नव्हती. त्यामुळे एका गावातून दुसऱ्या गावात धान्य घेऊन जाणे जवळपास अशक्य होते. त्या वेळी देहू गावाजवळील प्रदेश विजापूर आणि मुगल सत्तेच्या सीमेवर होता. त्यामुळे या गावातील जमिनीचे बाहेरच्या आक्रमणांमुळे खूप नुकसान झाले होते. नापीक जमिनीमुळे लोक स्थलांतर करू लागले

होते. शेती करण्याचे प्रमाण घटले होते. त्याचबरोबर शेती करणाऱ्या मजुरांचेही प्रमाण कमी झाले होते. महाराष्ट्राची सुपीक जमीन आता नापीक बनली होती. पश्चिम भारतात आणि महाराष्ट्रात असा विनाशकारी, भीषण दुष्काळ यापूर्वी कधीही पडला नव्हता. त्यामुळे आता या भूमीवर साक्षात मृत्यूचे तांडव सुरू होते.

तुकारामाची अग्निपरीक्षा

दुष्काळाची समस्याही तुकारामांसाठी जणू अग्निपरीक्षाच होती. ज्या प्रकारे, सीतेला अग्निपरीक्षा द्यावी लागली, मीरेला विष प्यावे लागले, बालक ज्ञानदेवांना त्या वेळच्या समाजाला तोंड द्यावे लागले, श्रीरामांना वनवासात जाऊन राक्षसांशी लढावे लागले, जीझसला सुळावर चढवले गेले, त्याचप्रमाणे तुकारामांनाही दुष्काळात दुःखाच्या परमसीमेचे दर्शन करावे लागले. आजवर अशा अनेक लोकांना वेगवेगळ्या रूपात अग्निपरीक्षा द्यावी लागली. दुष्काळातील समस्या म्हणजे तुकारामांच्या जीवनात आलेले एक प्रकारे वादळच होते.

अशा परिस्थितीत तुकारामांची आर्थिक स्थिती इतकी खालावली, की त्यांच्या घरात धान्याचा एक कणही शिल्लक नव्हता. दुसरीकडे, एकही माणूस त्यांना आर्थिक मदत करायला तयार नव्हता. कारण दुष्काळामुळे लोकांचा एकमेकांवरील विश्वासही संपुष्टात आला होता. सावकार लोक दबाव टाकून दिलेले कर्ज वसूल करण्यामागे लागले होते. तुकारामांनीही अनेक लोकांना कर्ज दिले होते, तरी अशा संकटाच्या काळात लोकांकडून पैसे मागण्यात त्यांना संकोच वाटत होता. दुष्काळाच्या झळांनी तापलेल्या कर्जदारांना व्याजाच्या ताणातून मुक्त करण्यासाठी त्यांनी सर्वांचे कर्ज माफ केले. बाहेर सर्वत्र दुष्काळ होता, पण तुकारामांच्या हृदयात जणू करुणेची इंद्रायणी वाहत होती.

तुकारामांच्या दरवाजात जे देणेकरी येत होते, त्यांना ते सकारात्मक प्रतिसाद देऊन परत पाठवत असत. एके दिवशी तर त्यांनी घरातील सर्व धान्य भुकेलेल्यांना वाटले. कारण भुकेमुळे तडफडणाऱ्या लोकांचे हाल त्यांना बघवत नव्हते. आवलीची बोलणी खाऊनही, त्यांनी हे पाऊल उचलले. त्याला कारणीभूत होता, त्यांचा अंतर्मुख, संवेदनशील आणि करुणायुक्त स्वभाव! ते असे दृश्य पाहू शकत नव्हते.

पहिल्या पत्नीचा वियोग

दुष्काळाच्या समस्येत सुरुवातीचे काही दिवस तुकारामांचे कुटुंब सुरक्षित होते. कारण कमीत कमी त्यांना खायला तरी मिळत होते. मात्र, काही दिवसांनंतर दुष्काळाची झळ त्यांच्या घरापर्यंत पोहोचली. अन्न न मिळाल्याने तुकारामांची पहिली पत्नी रखमाचा मृत्यू झाला. शांत स्वभावाच्या रखमाविषयी तुकारामांच्या मनामध्ये अपार प्रेम होते. तिच्यामध्येही आपल्या पतीविषयी श्रद्धा आणि निष्ठा होती. रखमाचा अन्नावाचून झालेला मृत्यू हा भावुक

स्वभावाच्या तुकारामांसाठी दुःखाचा खूप मोठा प्रहार होता. आपल्या डोळ्यांसमोर झालेल्या प्रिय पत्नीच्या मृत्यूने तुकाराम स्वतःला असहाय समजू लागले.

पुत्र संतोबाचा वियोग

रखमाच्या मृत्यूनंतरही तुकारामांच्या जीवनातील संकटरूपी वादळ शांत झाले नव्हते. कारण, रखमानंतर त्यांचे प्रिय पुत्र संतोबा याचाही दुष्काळात मृत्यू झाला.

कल्पना करा, अशा स्थितीत तुकारामांच्या अंतर्यामी भावनांचा कसा कल्लोळ माजला असेल. प्रियजनांच्या मृत्यूची शृंखला त्यांच्या जीवनातील दुःखाची परमसीमा होती. संसाराचे हे दुःखद रूप पाहून त्यांचे आत्मचिंतन सुरू झाले आणि बघता-बघता संसारी तुकारामांचे रूपांतर 'साधक तुकारामां'मध्ये झाले. आता संत तुकारामांच्या साधनेचा प्रारंभ आपण पुढील भागात जाणू या.

मनन प्रश्न

दुःखद प्रसंगामध्ये मी केवळ स्वतःविषयीच विचार करतो, की इतरांविषयी माझ्या मनात करुणा जागृत होते?

कार्ययोजना

आपल्या जीवनात घडलेल्या दुःखद घटनांमध्ये कोणते सकारात्मक संकेत दडलेले होते, त्यांची सूची तयार करा.

❑❑❑

खंड

३

साधक तुकाराम

अध्याय

८

अशाश्वत संसाराचे दर्शन

साधनेचा प्रारंभ

तुम्ही रस्त्यावर अनेकदा डोंबाऱ्याच्या खेळात एक लहान मुलगी हातामध्ये मोठी काठी घेऊन दोरीवरून चालण्याचा प्रयोग करत असल्याचे दृश्य पाहिले असेल. तिचे कुटुंब त्यावरच आपला उदरनिर्वाह करत असते. हा कठीण प्रयोग करत असताना ती मुलगी आपल्या हातामधील काठीच्या आधारेच आपला तोल सांभाळत असते. काठीचा किती भाग डाव्या बाजूला अथवा उजव्या बाजूला करायचा, याचा अंदाज घेऊनच ती दोरीवरून चालते. यालाच म्हणतात, 'साधना!'

'साधना' हा शब्द वाचताच काही जण लगेच अनुमान लावतात, 'साधना करण्यासाठी आपल्याला संसाराचा त्याग करून पर्वतावर जाऊन मौनात बसावे लागेल.' परंतु, संत तुकारामांच्या जीवनातून 'साधना' या शब्दाच्या खऱ्या अर्थाचा प्रत्यय येतो. साधना म्हणजे संसारात राहूनच आपल्या कुल-मूल-लक्ष्याची आठवण कायम ठेवणे. 'कुल-मूल-लक्ष्य' याचा अर्थ आहे, 'मी कोण आहे,' हे अनुभवाने जाणणे. आपले मन अकंप, प्रेमळ, निर्मळ, अखंड आणि आज्ञाकारी बनवणे. असे अखंड मन ज्यात भाव, विचार, वाणी आणि क्रिया एकाच दिशेने कार्यरत आहे. हे ध्येय पूर्ण करताच माणूस विनाअट प्रेम, असीम आनंद आणि सखोल मौनाचा अनुभव घेतो. एवढेच नाही, तर तो आपल्या 'सर्वोत्तम विकसित रूपा'मध्ये स्थापित होतो. काही लोक यालाच 'मोक्ष' म्हणतात, तर काही याला 'निर्वाण अवस्था' म्हणतात. तर, कोणी 'आत्मसाक्षात्कार' किंवा 'कैवल्य अवस्था' असेही संबोधतात.

संत तुकारामांनाही अशीच 'कैवल्यावस्था' प्राप्त झाली होती. त्यामुळेच ते 'संत' बनले. 'संत' हा शब्द 'सत' या शब्दापासून बनला आहे. ज्यांनी 'अंतिम सत्य' (सत्) प्राप्त केले,

त्यांनाच संत म्हटले जाते. सत्यप्राप्तीच्या या प्रवासाची सुरुवात दोन मुख्य पैलूंपासून होते –

१. अशाश्वत (नाशवंत) संसाराविषयी अनासक्त भाव निर्माण होणे.

२. शाश्वत सत्याविषयी तृष्णा निर्माण होणे.

जीवनात आलेल्या या संकटांमुळे या अशाश्वत संसाराविषयी संत तुकारामांच्या मनात अनासक्त भाव निर्माण झाला. संसाराचे सतत बदलणारे रूप पाहून त्यांच्यामध्ये संसाराविषयी असलेली आसक्ती कमी होऊ लागली. त्यांच्या मनामध्ये धनाविषयी लोभ नव्हता, न कोणत्या नातेवाइकांविषयी आसक्ती. भक्तीच्या आधारे भवसागर पार करणे, हेच मनुष्याचे सर्वोच्च ध्येय आहे, हे त्यांनी अतिशय कमी वयात जाणले. खरेतर जीवनातील प्रत्येक घटना आपल्याला या ध्येयाकडेच जाण्याचा इशारा करत असते, मग ती श्रीमंती असो की गरिबी, जन्म असो की मृत्यू, एखादी घटना मनाप्रमाणे घडो अथवा मनाविरुद्ध!

'परिवर्तन हाच संसाराचा नियम आहे,' हे सत्य संत तुकारामांनी आपल्या जीवनात घडणाऱ्या घटनांवरून जाणले होते. त्यामुळेच, त्यांच्या मनामध्ये संसाराविषयी वैराग्यभाव निर्माण झाला आणि सत्यप्राप्तीसाठी 'साधना' सुरू झाली.

दुःखद घटना म्हणजे साधनेचे संकेत

मनुष्याला जोपर्यंत सुखसुविधा मिळतात, तोपर्यंत तो सत्यप्राप्तीमध्ये रुची घेत नाही. पण, जेव्हा तो दुःखद घटना आणि संकटरूपी वादळांमध्ये अडकतो, तेव्हा निराशेने घेरला जातो. 'फक्त सांसारिक यश मिळवल्याने मी संतुष्ट होऊ शकत नाही,' याची त्याला खातरी पटते. त्याच्या जवळच्या नातेवाइकाचा मृत्यू होतो, तेव्हा संपूर्ण जीवनच त्याला व्यर्थ वाटू लागते. जीवनात येणाऱ्या अपयशामुळे तो अंतर्मुख, कुंठीत होऊन विचार करू लागतो. 'शेवटी या अस्थिर जीवनाचा अर्थ काय आहे? मी कोण आहे? मी पृथ्वीवर का आलो आहे? केवळ सांसारिक यश आणि सुखसमृद्धी मिळवणे एवढेच माझे ध्येय आहे का?' या प्रश्नांमुळे मनुष्यात सत्याची तृष्णा तीव्र होते. त्यामुळे संपूर्ण संतुष्टी मिळवण्यासाठी त्याच्या हृदयातून आर्त प्रार्थना निघते. परिणामी, एक सर्वसामान्य माणूस 'सत्यशोधक' बनतो.

सत्याचा शोध घेणाऱ्याला 'शोधक' म्हणतात. अनेक लोकांच्या मनामध्ये लहानपणापासूनच 'मी कोण आहे?' हा प्रश्न निर्माण होतो. त्यामुळेच त्यांना स्वतःमध्ये काही तरी उणीव भासते, रिक्ततेचा अनुभव येतो. काही लोकांच्या जीवनामध्ये होणाऱ्या घटना त्यांच्यामध्ये अनासक्त भाव निर्माण होण्यासाठी निमित्त बनतात. जसे, राजकुमार सिद्धार्थला काही दुःखद घटनांचे दर्शन झाले. त्यामुळे त्यांनी सत्याचा शोध सुरू केला आणि त्यांचे रूपांतरण बुद्धत्व अवस्थेत झाले. असंत रत्नाकर हे तर, हत्या, लूटमार करून आपली उपजीविका चालवत होते. मात्र, नारदांचे दर्शन होताच त्यांचे हृदयपरिवर्तन

झाले. संत ज्ञानेश्वरांच्या कुटुंबालाही समाजाने वाळीत टाकले होते. परंतु या घटनेमुळेच ते समाधीची सर्वोच्च अवस्था प्राप्त करू शकले. अशा प्रकारे, संत तुकारामांच्या जीवनामध्ये घडणारी प्रत्येक नकारात्मक गोष्ट त्यांना 'विठ्ठलभक्ती'कडेच घेऊन गेली. परिणामस्वरूप, ते मनुष्य जीवनाचे सर्वोच्च ध्येय पूर्ण करू शकले.

कठोर साधना

'सांसारिक मोहमायेत अडकून शेवटी काहीही मिळणार नाही. कारण संसारामध्ये मिळणारे सुख चिरकाल नाही, तर क्षणिक आहे,' हेच तुकाराम आपल्या जीवनात पाहत होते.

मनुष्य नेहमी आपल्या जीवनामध्ये सांसारिक इच्छांमागे धावत असतो आणि त्यातूनच पूर्णता प्राप्त करण्याचा प्रयत्न करतो. तरीही तो शेवटी 'अपूर्ण' राहूनच पृथ्वीवरून जातो. कारण सांसारिक इच्छापूर्तींमधून संतुष्टी प्राप्त करणे म्हणजे वाळूतून तेल काढण्यासारखे अशक्यप्राय काम आहे. तुकारामांनी ही गोष्ट स्वानुभवाने जाणली. त्यामुळेच ते आत्मचिंतन आणि मनन करण्यासाठी भामनाथाच्या डोंगरावर गेले. मग इथूनच सुरू झाले 'साधक तुकारामाचे' जीवन.

सत्याच्या शोधात तुकाराम

भामनाथाच्या डोंगरावर तुकारामांना एकांत मिळाला. जवळजवळ चार वर्षांत त्यांना अशी शांतता लाभली नव्हती. सुरुवातीला व्यापारातील धावपळ आणि नंतर संकटांचे जाळे यामध्ये अडकून ते निसर्ग आणि शांती यांपासून दुरावले होते. आता पुन्हा त्यांचे निसर्गाशी नाते प्रस्थापित झाले. 'या जीवनाचा अर्थ काय आहे? मी कोण आहे? माझ्यासोबत हे सगळे का घडत आहे? या दुःखद घटनांचे कारण काय आहे?' असे अनेक प्रश्न तुकारामांच्या मनात निर्माण झाले. जीवनातील या सर्व नकारात्मक, दुःखद घटनांमुळे त्यांच्यात सत्य जाणून घेण्याची तीव्र आस निर्माण झाली. संसाराचे अशाश्वत रूप पाहून मनात असे प्रश्न निर्माण होणे, ही सर्वांत मोठी कृपा आहे. कारण या प्रश्नांमध्ये एवढी शक्ती असते, की सर्वसामान्य मनुष्यदेखील 'सत्यशोधका'मध्ये परिवर्तित होऊ शकतो.

प्रश्नांच्या साक्षात्काराकडे

'मी कोण आहे?' हा एक असा प्रश्न आहे, जो मनुष्याला आत्मसाक्षात्काराकडे घेऊन जातो. मनामध्ये सत्याविषयी आस निर्माण करणाऱ्या या प्रश्नालाच 'सव्वालाखी सवाल' लाख मोलाचे प्रश्न, असे म्हटले जाते. कारण त्यातून मिळणारे लाभ अतिशय मौल्यवान असतात.

'दुःख ही मुक्तीची अवस्था आहे का?' या प्रश्नातून सिद्धार्थचा आध्यात्मिक शोध

सुरू झाला.

'तुझ्या कुटुंबातील सदस्य तुझ्या पापामध्ये सहभागी होतील का?' या प्रश्नाने असंत रत्नाकराचा महर्षी वाल्मिकी बनण्याकडे प्रवास सुरू झाला. बालक नचिकेताने यमराजाला मृत्युविषयक असे गहन प्रश्न विचारले, जेणेकरून त्याला ब्रह्मज्ञान प्राप्त झाले.

बालक ज्ञानदेवांनी त्यांचे मोठे भाऊ निवृत्तिनाथ यांना प्रश्न विचारून आध्यात्मिक उन्नती साधली.

असेच प्रश्न संत तुकारामांच्या मनामध्ये निर्माण झाले होते. कारण साधनेची सर्वात पहिली पायरी आहे, 'प्रश्न'! आणि आश्चर्य म्हणजे, या प्रश्नामध्येच त्याचे उत्तर (आत्मसाक्षात्काराचे रहस्य) आत्मपरिवर्तन आणि रूपांतरणाची शक्यता दडलेली असते. संत तुकाराम या प्रश्नांचे उत्तर कसे शोधू शकले, याचे उत्तर जाणून घेऊ या पुढील अध्यायात...

मनन प्रश्न

माझ्या जीवनामध्ये येणारी संकटे, मला 'साधनेची संधी' वाटतात का?

कार्ययोजना

आपल्या आध्यात्मिक साधनेसाठी स्थान आणि वेळ निश्चित करा.

❑❑❑

अध्याय

१

प्रत्येक समस्या एक 'संधी'
तुकारामांचे मनन-मंथन

आपल्या जीवनात काही समस्या आहेत का? आपण या समस्येच्या जाळ्यात अडकता का? आपल्याला कधी निराशा त्रस्त करते का?

याचे उत्तर जर 'हो' असे असेल, तर तुमचे अभिनंदन! कारण तुमच्या जीवनात येणारे संकट ही एक संधीच आहे. साधक तुकारामांनी भामनाथ (भामगिरी) डोंगरावर मौनात बसून आत्मचिंतन केले. त्यातून त्यांना एक अमूल्य समज प्राप्त झाली, 'जीवनातील प्रत्येक समस्या एक 'संधी' आहे.'

शारीरिक, मानसिक, सामाजिक, आर्थिक आणि आध्यात्मिक या जीवनाच्या पाचही स्तरांवर प्रत्येक मनुष्याला काहीनाकाही संकटे येतात. ही समस्या कितीही मोठी अथवा लहान असली, तरी प्रत्येक समस्येमध्ये एक संधी दडलेली असते. अनेकदा लोक समस्येमुळे निराश होतात. मात्र, आपल्यात येणारी निराशा हीदेखील एक प्रकारची ऊर्जाच असते. या ऊर्जेला केवळ योग्य दिशा देण्याची गरज आहे. आजपर्यंत जगात जे शोध लागले, त्यातील अनेक शोध हे निराशेतूनच लागले. कारण ते लोक या निराशेला एक योग्य दिशा देऊ शकले. पण, यात एक मर्म दडले आहे. ते म्हणजे, कोणताही मनुष्य 'निराशेतून संशोधनापर्यंत'चा प्रवास तेव्हाच पूर्ण करू शकतो, जेव्हा तो 'मनन-मंथन' करतो.

साधकाचे शस्त्र

कोणत्याही साधकाचे शस्त्र आहे, 'मनन-मंथन.' समुद्रमंथनाविषयी तुम्ही काही पौराणिक कथा वाचल्या असतील. जसे, ईश्वरीय उपहार प्राप्त करण्यासाठी देव आणि दानवांनी सागरमंथन केले होते. ज्यात त्यांनी पर्वताची रवी आणि सापाची दोरी केली होती. प्रत्यक्षात

हे अशक्यच वाटते; परंतु प्रतीकांची भाषा या गोष्टीमधील रहस्यांवर प्रकाश टाकते. यामध्ये डोंगराचा अर्थ आहे, अशक्य वाटणारी कृती आणि साप म्हणजे, भीतीचे प्रतीक. भीतीवर विजय मिळवला, तर पर्वत हलवण्यासारखे अशक्य कार्यदेखील शक्य होऊ शकते.

समुद्रमंथन झाले तेव्हा त्यातून चौदा रत्ने, विष आणि अमृत अशा वस्तू बाहेर पडल्या. आता या उदाहरणाकडे एक आध्यात्मिक साधक कसे पाहील?

समुद्र म्हणजे मनुष्याचे हृदयस्थान, आंतरिक जगत जेथे मनन-मंथन होते. अमृत म्हणजे मनन-मंथनानंतर प्राप्त होणारी सुज्ञता, समज, भक्ती. विष म्हणजे मनन-मंथन करताना प्रकाशात येणारे विकार व दुर्गुण. चौदा रत्ने म्हणजे कठोर साधनेनंतर मनुष्यामध्ये विकसित होणारे गुण. जसे, करुणा, दयाभाव, क्षमाशीलता, भक्ती, निरपेक्ष प्रेम, विश्वास, आत्मनिर्भरता, संयम, संवेदनशीलता, लवचिकता, निर्भयता, निःस्वार्थभाव, विनम्रता, रचनात्मकता इत्यादी.

यात साप म्हणजे भीतीचे प्रतीक आहे आणि भीती मनुष्याला सत्यरूपी अमृतापासून दूर घेऊन जाते. मग मनुष्याच्या जीवनात दुःखाचे आणि आसक्तीचे विष भिनले जाते.

पर्वत हलवणे म्हणजे, अशक्य कार्य शक्य करणे होय. संकटरूपी वादळामध्ये संयम ठेवून साधना करत सत्य प्राप्त करणे.

भामनाथाच्या डोंगरावर साधना करत असताना साधक तुकाराम यांच्या बाबतीतही नेमके हेच घडले. तेथे त्यांचे गहन मनन-मंथन सुरू होते. पण, त्यासाठी आवश्यक असतो, 'प्रामाणिकपणा' आणि तुकाराम खरोखरच एक प्रामाणिक साधक होते. म्हणूनच त्यांनी आपल्यात असणाऱ्या विकारांचे दर्शन स्पष्टपणे केले. संसाराच्या मोहात अडकून ते ईश्वरापासून दूर कसे गेले होते, याचे वर्णन त्यांच्या रचनांमध्ये आले आहे. 'मी किती अपूर्ण आहे! माझ्यामध्ये किती विकार आहेत,' या गोष्टीचा साक्षात्कार त्यांना मनन-मंथनातून प्राप्त झाला.

तटस्थ आत्मपरीक्षण

भामनाथाच्या डोंगरावर तुकारामांमध्ये 'तटस्थ आत्मपरीक्षण' करण्याचा गुण विकसित झाला. ते आपल्या भूतकाळाकडे समत्वाच्या दृष्टिकोणातून पाहू लागले. अन्यथा बहुतेक लोक आपल्या भूतकाळाविषयी विचार करूनच निराश होतात. कारण, त्यांच्या भूतकाळातील घडलेल्या नकारात्मक घटना, त्यांच्याकडून झालेल्या चुकीच्या कृती आणि गमावलेल्या संधी यामुळे त्यांच्यात अपराधीपणाची भावना बळावू लागते. 'असे का झाले... असे व्हायला नको होते... कदाचित त्या वेळी मी त्या व्यक्तीशी असा वागलो नसतो, तर किती बरे झाले असते... माझा नातेवाईक मला सोडून का गेला... ईश्वराने माझ्यासोबत

असे का केले...' अशा प्रकारे मनुष्याच्या मनामध्ये भूतकाळाविषयी अनेक कलागती सुरू असतात. आजही जगातील बहुसंख्य लोकांच्या वर्तमानावर भूतकाळाचा प्रभाव दिसतो. विचार करा, तुमचा वर्तमानच जर तुमच्या भूतकाळाकडून नियंत्रित केला जात असेल, तर वर्तमानात नवीन संशोधन कसे होईल? त्यामुळेच भूतकाळाचे ओझे आणि भविष्याची चिंता यातून मुक्त होण्याची अतिशय गरज आहे. साधक तुकारामांच्या मनन-मंथनातून हेच लक्षात येते, की ते आपल्या भूतकाळाकडे तटस्थ दृष्टीने पाहू शकले. शिवाय, सर्व नकारात्मक घटनांमध्ये लपलेली 'संधी' त्यांनी शोधून काढली.

प्रत्येक समस्या बनू शकते – 'सुवर्णसंधी'

आई, वडील, पत्नी, आणि पुत्राचा मृत्यू या घटना एका संसारी मनुष्यासाठी खरेतर दुःखद आणि नकारात्मक ठरू शकतात. मात्र, साधक तुकारामांना अशा सर्व घटना म्हणजे जणू 'ईश्वराचा प्रसाद'च वाटत होत्या. कारण 'नातेवाइकांच्या मृत्यूने त्यांच्याशी असलेली माझी आसक्ती संपली आणि आता मला ईश्वराची आराधना करण्यासाठी भरपूर वेळ मिळाला,' असे तुकाराम महाराज म्हणतात.

कुटुंबामध्ये एखाद्या प्रिय व्यक्तीचा मृत्यू झाल्यानंतर बहुतेक लोक दुःखी होतात, काही लोक या दुःखामध्ये वर्षानुवर्षे नैराश्यग्रस्त राहतात. इतकेच नव्हे, तर काही लोक दुःख सहन न झाल्याने आत्महत्याही (स्वतःच्या शरीराची हत्या) करतात. खरेतर वडिलांच्या मृत्यूनंतरही साधक तुकारामांच्या मनामध्ये अशाच अनेक दुःखद भावना निर्माण झाल्या होत्या. मात्र, जशी त्यांची साधना सुरू झाली, तसे त्यांनी या घटनेमध्ये दडलेली संधी शोधली.

नकारात्मक घटनेमध्येही तुकारामांना कोणती संधी दिसली, हे आता पुढे दिलेल्या सूचीवर मनन करून जाणून घेऊ या –

तुकारामांच्या जीवनामधील घटनांमध्ये दडलेली संधी

	नकारात्मक घटना	तुकारामांसाठी संधी
१.	वडील बोल्होबांचा मृत्यू[१]	सुरुवातीला व्यापारातील कर्तव्य सांभाळताना तुकारामांना वडिलांच्या आज्ञेचे पालन करावे लागत होते. आता ते स्वर्गवासी झाल्याने केवळ मी आणि विठ्ठल, आमच्या दोघांचेच राज्य आहे. आता आमच्यामध्ये तिसरे कोणी येऊ शकत नाही. आता जे काही कामकाज होईल ते माझ्या आणि विठ्ठलामध्येच होईल.

१ बाप मेला न कळता । नव्हती संसाराची चिंता ।। विठो तुझे माझे राज्य । नाही दुसऱ्याचे काज ।।

२.	पत्नी रखमा आणि पुत्र संतोबा यांचा मृत्यू[२]	माझी पत्नी, पुत्र यांचा मृत्यू झाला आणि तेही या मोहमायेतून मुक्त झाले. त्याचप्रमाणे त्यांनी मलाही आसक्तीमधून दूर केले. ही चांगलीच गोष्ट झाली.
३.	माता कनकाईचा मृत्यू[३]	वडिलांच्या मृत्यूनंतर माझा सर्वात मोठा आधार होता आई. आता तीही माझ्या डोळ्यांसमोर स्वर्गवासी झाली. एकेक करून माझे सर्व नातेवाईक कायमचे माझ्यापासून दूर गेले. आता मी निश्चिंत झालो. या सर्व नातेवाइकांसोबत असलेली माझी आसक्ती संपली आणि ईश्वराच्या आराधनेसाठी आता मला भरपूर वेळ मिळाला आहे.
४.	दुष्काळामध्ये निर्धन होणे[४]	हे ईश्वरा, दुष्काळामध्ये माझे नातेवाईक मरण पावले. त्याचबरोबर माझी धनदौलतही गेली आणि मी कंगाल झालो. हे तर खूपच चांगले झाले. कारण केवळ आपत्तीमध्येच मला तुझी आठवण येते. संपत्तीसोबत माझा मानसन्मानही संपला. मात्र, तरीही मी 'लोक काय म्हणतील' या चक्रात न अडकता तुझ्या चरणांशी आलो.
५.	जिजाईसारखी (आवलीसारखी) फटकळ बायको मिळणे[५]	हे विठ्ठला, मला आवलीसारखी फटकळ आणि चिडचिड्या स्वभावाची बायको मिळाली, हे एका अर्थाने किती बरे झाले! कारण तिच्यामुळेच माझा अपमान झाला. मला लोकनिंदेचा सामना करावा लागला. मी संसारातून मिळणाऱ्या कष्टांमुळे हैराण होऊन तुझ्या चरणांवर समर्पित झालो. माझ्या जीवनात आलेल्या या संकटांमुळेच मी तुझी भक्ती करू शकलो. म्हणून या समस्या माझ्यासाठी शुभ आहेत, असे मी समजतो. खरेतर या समस्या नव्हत्याच; तर त्या तुझ्या आणि माझ्या मीलनाची पूर्वतयारी होती.

२ बाइल मेली मुक्त झाली । देवे माया सोडविली ।। पोर मेले बरे झाले । देवे मायेविरहित केले ।।

३ माता मेली मज देखता । तुका म्हणे हरली चिंता ।।

४ बरे झाले देवा निघाले दिवाळे । बरी या दुष्काळे पीडा केली ।।
अनुतापे तुझे राहिले चिंतन । जाला हा वमन संवसार ।।

५ बरे झाले देवा बाईल कर्कशा । बरी हे दुर्दशा जनांमध्ये ।। बरे झाले जगी पावलो अपमान । बरे गेले धन ढोरे गुरे ।। बरे झाले नाही धरिली लोकलाज । बरा आलो तुज शरण देवा ।।

मनन प्रश्न

१. जीवनात समस्या आल्यानंतर, 'माझ्या जीवनात सुवर्णसंधी आली आहे,' असा विचार आपल्याला येतो का?

२. माझ्या जीवनात अशा कोणत्या नकारात्मक गोष्टी घडल्या आहेत, ज्यांना मी संधी बनवू शकतो?

कार्ययोजना

आपल्या जीवनात घडलेल्या नकारात्मक घटनांच्या खालील प्रकारे नोंदी करा.

माझ्या जीवनातील नकारात्मक घटना	माझ्यासाठी संधी

❑❑❑

अध्याय
१०

तुकारामांची तरल साधना
हीच माझी गरज आहे

तरल म्हणजे सहज, सोप्या पद्धतीने आपल्या ध्येयापर्यंत पोहोचणे. जेव्हा आपण आपल्या जीवनातील प्रत्येक घटनेमध्ये स्थिर, अकंप राहतो, तेव्हा आपले जीवन 'तरल' बनते. अशी साधना आपल्याला प्रत्येक घटना स्वीकार करायला शिकवते. जसे, नदीचा प्रवाह तरल असतो, हे आपण पाहिलेच असेल. गंगेच्या तरल प्रवाहात स्नान केल्यानंतर लोकांना शुद्धतेची प्रचिती येते. अगदी अशाच प्रकारे, मनात निर्माण होणारे भाव जेव्हा तरल होतात, तेव्हा तुम्ही 'फ्री फ्लो' म्हणजेच मुबलकतेच्या आणि शुद्धत्वाच्या भावदशेत राहू लागता.

मात्र, आपले विचार जेव्हा 'तरल' बनतात, तेव्हा आपण 'नवरोध' अवस्थेत राहू लागतो. नवरोध म्हणजे जिथे कोणताही विरोध किंवा अस्वीकार नाही. समजा, 'मुसळधार पाऊस असो वा तुरळक पाऊस... कधी अचानक येणारे पाहुणे असो... झोपण्याच्या वेळी लाइट चालू आहे की बंद...' अशा गोष्टींनी आपल्याला काही फरक पडत नाही. कारण, आता आपण समजेसह पूर्णपणे स्वीकारले आहे की, 'पाऊस कसाही पडत असो, तो योग्य प्रमाणातच पडत आहे आणि निसर्गाची ती गरज आहे'. अशा प्रकारे, आपल्या जीवनात घडणाऱ्या प्रत्येक घटनेबद्दल आपण नवरोध अवस्थेत राहिलो, तर नक्कीच सत्याच्या ध्येयापर्यंत पोहोचू शकाल. साधक तुकाराम नेहमी अशाच स्वीकार भावनेत जगत असत. त्यामुळेच, दुष्काळामध्ये निर्धन झाल्यानंतरही ते त्या स्थितीतही आनंदात राहू शकले.

समस्येमध्ये दडलेली संधी टिपणे म्हणजेच 'तरल साधना' करणे होय. आपणही अशी तरल साधना करू शकतो का? मोठ्या संकटांनाही 'ईश्वरीय प्रसाद' समजून ग्रहण करू शकतो का? संत तुकारामांनी आपले माता-पिता, पत्नी आणि मुलगा यांच्या देहान्तानंतरही,

ईश्वराविषयी असलेले प्रेम व्यक्त होते, अशी रचना केली होती.

तुम्हीही संत तुकारामांप्रमाणे आपली साधना सुरू ठेवा. मन जर तक्रार करू लागले, 'माझ्याकडे इतके कमी पैसे का आहेत? माझ्या जीवनात इतक्या समस्या का आहेत? मी इतका जाड का आहे? ऑफिसमध्ये मलाच जास्त काम का करावे लागते?' तर अशा वेळी तुम्हांला करायची आहे, 'तरल साधना.' यातून तुमचे मन 'नवरोध' अवस्थेमध्ये राहील. नवरोध म्हणजे जिथे कोणताही विरोध नाही, कोणतीही तक्रार नाही – 'न- विरोध.' या अवस्थेत आहे सहजता, सरलता आणि निरपेक्ष स्वीकारभाव.

मात्र, तुम्हांला वर्तमान परिस्थितीमध्ये सुधारणा करायची नाही, असा तरल साधनेचा अर्थ नव्हे. तुम्हांला तुमच्या विकासासाठी, समस्या सोडवण्याच्या हेतूने काही पावले उचलायची आवश्यकता असेल, तर अवश्य उचला. पण, ज्या समस्येमुळे तुमचे मन बडबड करत होते, ते केवळ तरल साधनेनेच शांत होईल. जगातील बहुतेक लोक समस्या सोडवण्यासाठी प्रयत्न तर करतात; परंतु त्याच वेळी आतल्या आत कुढत राहतात. त्यामुळे समस्या सुटणे तर दूरच, उलट ती ओझे बनून जाते. याउलट, तरल साधना केल्याने व्यर्थ बडबड बंद होऊन, समस्येचे सहजपणे निरसन होते.

त्याचप्रमाणे, आणखी एक पाऊल उचलायला हवे. या सर्व समस्यांना पाहून मन बडबड करेल, की 'ईश्वराने इतकी सर्व संकटे मलाच का दिली आहेत?' तेव्हा मनाला सांगा – 'कारण, ही माझी गरज आहे. पुढे जाऊन मला मोठे यश मिळवण्यासाठी वर्तमानात आलेल्या समस्यांना सामोरे जाण्याची गरज आहे. ही समस्या नाही, तर हा ईश्वराचा प्रसाद आहे.'

ही माझी गरज आहे

एकदा एक मुलगा भुलभुलैयामध्ये फसला. त्या मार्गावर वेगवेगळे, आडवेतिडवे रस्ते होते. मात्र, तो चुकीच्या मार्गाने जात होता, म्हणून तेथून त्याला बाहेर पडण्याचा मार्ग सापडत नव्हता. तो त्या चुकीच्या रस्त्याने जात असताना, त्याला एकीकडून जोरात थप्पड बसली. मग तो लगेच दुसरीकडे वळला आणि योग्य रस्त्यावर आला. जेव्हा थप्पड बसली तेव्हा तो, 'हे तेच आहे, ज्याची मला गरज आहे' असे म्हणू शकला नाही. मात्र, जेव्हा थप्पड खाऊन तो योग्य दिशेने बाहेर आला, तेव्हा तो स्वतःशीच म्हणाला, 'खरेतर ही थप्पड मला योग्य रस्त्यावर आणण्यासाठीच होती, ज्याची मला गरज होती.' पण, थप्पड बसली, तेव्हा जर त्याला विचारले असते, 'तुला याची गरज होती का?' त्या वेळी तो 'हो' म्हणाला असता का?

अशा प्रकारे, साधक तुकारामांना मनन केल्यानंतर ही जाणीव झाली, की 'मी अनेक वर्षे मोहमायेच्या भुलभुलैयामध्ये फसलो होतो. वास्तविक जीवनामध्ये येणाऱ्या सर्व

समस्या म्हणजे मला त्यातून बाहेर काढण्यासाठी जणू ईश्वरानेच रचलेला तो खेळ होता.'

थोडा विचार केला तर आपल्या लक्षात येईल की, केवळ ही जाणीव नसल्यामुळेच लोक आपल्यासोबत घडणाऱ्या घटनांचा स्वीकार करू शकत नाहीत. आयुष्यभर दुःखामध्ये जगतात. त्यातून बाहेर पडण्यासाठी या जाणिवेतून आलेले धाडस अंगी असावे लागते. तसेही, सत्याच्या मार्गावर चालण्यासाठी प्रत्येक मनुष्याकडे धाडस आणि समज असावी लागते. कारण, मनाला सत्य अतार्किक वाटते. मन ही गोष्ट स्वीकारत नसेल तेव्हा ठामपणे मनाला सांगा, 'हे तेच आहे, ज्याची मला गरज आहे.' साधक तुकाराम आपल्या जीवनात घडलेल्या प्रत्येक समस्यांना पाहून हेच सांगत होते, 'हीच माझी गरज आहे, ही घटना माझ्यासाठी शुभ होती.'

समजा, तुमच्या ऑफिसमध्ये एखादा सहकारी तुमची कल्पना चोरून ती स्वतःच्या नावाने प्रस्तुत करत असेल. त्यामुळे त्याला जरी श्रेय आणि यश मिळाले, तरी तुम्ही लक्षात ठेवा आणि म्हणा, 'हे तेच आहे, ज्याची मला गरज आहे.' तरीही, मन हेच म्हणेल, 'याची मला गरज आहे, यावर मी विश्वास ठेवू शकत नाही.' परंतु भविष्यात काय होणार आहे, याचे ज्ञान मनाला नसते. ते फक्त ईश्वराला ठाऊक असल्याने त्याला तुमच्या सर्व गरजांची काळजी असते. त्यामुळेच साधक तुकाराम दुष्काळासारख्या मोठ्या संकटातदेखील कर्जदारांचे सर्व कर्ज माफ करू शकले.

लक्षात ठेवा, या क्षणी हे पुस्तक तुमच्या हातामध्ये असणे, ही तुमची या क्षणाची गरज आहे. कारण तुकारामांचे जीवनचरित्र वाचून त्यातून प्रेरणा घेऊन पृथ्वीवर नवनिर्मिती करणे, हे विश्वातील प्रत्येक मनुष्याचे कर्तव्य आहे आणि जबाबदारीदेखील!

तुकारामांची साधना 'परिपक्व' होण्यासाठी सत्य साहित्य पठण आणि ध्यान यांचे काय महत्त्व होते?

मनन प्रश्न

'ही माझी गरज आहे,' असे म्हणून मी कुठे-कुठे, कोणत्या प्रसंगात 'तरल साधना' करायला हवी?

कार्ययोजना

दिवसभर घडणाऱ्या बहुतांश घटनांमध्ये 'नवरोध' अवस्थेत राहा.

❑❑❑

अध्याय

११

साधना सफल झाली
पंधरा दिवसांनंतर ज्ञानप्राप्ती

भामगिरीच्या डोंगरावर साधक तुकाराम आपल्या साधनेमध्ये मग्न होते. एके दिवशी त्यांनी 'जोपर्यंत सत्यप्राप्ती होणार नाही, तोपर्यंत मी या डोंगरावरून परत जाणार नाही,' असा संकल्प केला. साधक तुकारामांमध्ये आता सत्य मिळवण्याची तीव्र आस निर्माण झाली होती. त्यांची ही तृष्णा किती तीव्र होती, हे एका उदाहरणावरून समजून घेऊ या.

प्राण गेले तरी बेहत्तर, परंतु तृष्णा जाता कामा नये

एकदा एक माता आपल्या मुलाला नवनवीन खेळणी आणून देते. किमान काही वेळ तरी मूल तिच्यापासून दूर राहील आणि खेळण्यांशी खेळेल, असे तिला वाटते. आता मूल त्या खेळण्यांसोबत खेळताना काही वेळ त्या खेळण्यांमध्ये रमून आईला विसरून जाते. मात्र, थोड्या वेळाने सर्व खेळणी सोडून मूल पुन्हा आईकडे जाण्यासाठी रडू लागते. तेव्हा मात्र आईला सर्व कामकाज सोडून मुलाकडे यावेच लागते. याच प्रकारे साधक तुकारामांनीही मायेच्या खेळण्यांना कंटाळून संकल्प[१] केला, 'मला फक्त ईश्वरच हवा, त्यापेक्षा अन्य काहीही नको. माझे प्राण गेले तरी बेहत्तर, पण आता मी ईश्वरप्राप्तीशिवाय शांत बसूच शकत नाही. या अग्निपरीक्षेतून मी बाहेर येईन किंवा नाही, हे आता केवळ विठ्ठलावर अवलंबून आहे. त्या माउलीला मला यातून बाहेर काढायचेच असेल, तर ती काढेल, अन्यथा सर्वनाशासाठी मी तयार आहे.'

---

१ तुटों हे शरीर फुटों हे मस्तक, नामाचा गजर सोडूं नये ॥

केवळ एक घोट पाणी

सत्यशोधकाच्या मनात जेव्हा ईश्वरप्राप्तीची तीव्र आस जागृत होते, तेव्हा ईश्वर प्रसन्न होतोच. ही तहान अशी असते, जी मंदिरात, मशिदीमध्ये किंवा गुरुद्वारामध्ये जाऊन शांत होत नाही. केवळ कर्मकांड, भजन, पूजा किंवा प्रसाद सेवन करूनही ही तृष्णा अजिबात शमत नाही. कारण ती हृदयाची आस असते. 'मैं हूँ प्यासा, चाहिए बस एक घूँट पानी,' अशी तीव्र तृष्णा जागृत होताच साधकाच्या अंतरंगात ज्ञानाचा प्रकाश पसरू लागतो. कारण ईश्वरप्राप्तीची, सत्यप्राप्तीची एकमेव इच्छाच आता साधकाच्या जीवनाचे अंतिम आणि एकमात्र ध्येय बनते. या एका इच्छेपुढे तो सर्व संसार सोडून ईश्वराचा दास बनण्यासाठी तयार होतो. जसे, संत मीराबाईंनी गिरीधर गोपालाला प्रार्थना केली, 'शाम मने चाकर राखोजी, गिरधारीलाला चाकर राखोजी.' यालाच म्हणतात, 'स्वातंत्र्याविषयी असलेली तीव्र तृष्णा.'

साधकाचे हृदय जेव्हा ईश्वराला प्रेमाने साद घालते, तेव्हा ती सादच प्रार्थना बनते. या प्रार्थनेतच परमात्म्याशी मीलन होते. ज्यांच्यात ही तृष्णा गहन, सखोल असेल, ते सत्याच्या निकट पोहोचतात, नव्हे; सत्यच बनतात.

अखंड साधना

साधक तुकारामांच्या भाव, विचार आणि वाणी यांमध्ये आता केवळ एकच गोष्ट होती, 'विठ्ठल, विठ्ठल आणि फक्त विठ्ठल!' आता ही विठ्ठलप्राप्तीची तहान त्यांच्या कृतीमध्ये दिसू लागली होती. त्यामुळे ते भामगिरीच्या डोंगरावर निरंतर १५ दिवस मौनामध्ये बसले. 'मला सत्याचा साक्षात्कार होईल, तेव्हाच मी ध्यानातून उठेन,' या जिद्दीने ते मौनामध्ये बसले.

'लवकर ये, माझे विठाई! अजून माझी किती परीक्षा पाहणार आहेस? आता माझ्यात अजिबात धीर राहिला नाही, मी तुझ्या विरहाने व्याकूळ झालो आहे. लगेच ये आणि माझा आत्मा तृप्त कर. आजपर्यंत मी रडतखडतच जीवन व्यतीत केले आहे. कधी एकदा माझे मस्तक तुझ्या चरणांवर ठेवीन, असे मला झाले आहे.' तुकारामांची ही उच्च भावदशाच त्यांना मौनामध्ये बसण्यासाठी प्रेरणा देत होती.

'हे विठाबाई,[२] विश्वंभरे, भवच्छेदके , हे विश्वव्यापके, तू कुठे अडकली आहेस? मला भेटण्यासाठी आता अजिबात आळस करू नकोस, मला भेटण्यासाठी थोडीदेखील टाळाटाळ करू नकोस. माझ्यासमोर प्रकट होण्यासाठी अद्याप किती दुरावा शिल्लक आहे? कृपा करून मला दर्शन दे.'

---

२ विठाबाई! विश्वम्भरे! भवच्छेदके । कोठे गुंतलीस माये विश्वव्यापके ।। न करी न करी आता आळस आव्हेरु, व्हावया प्रकट कैचे दुरी अंतरू ।।

अशी करुणेने भरलेली प्रार्थना तुकारामांच्या हृदयात जागृत झाली, ज्याचे तरंग साक्षात ब्रह्मांडाशी वार्तालाप करू लागले. एका असीम शक्तीशी तुकाराम जोडले गेले. मौनाच्या या अवस्थेत तुकाराम इतके डुंबून गेले होते, की त्यांना तहानभुकेची जाणीव नव्हती. अनेक विषारी किडे, मुंग्यांनी त्यांच्या शरीरावर हल्ला केला होता. त्यांच्या सभोवताली सर्व प्रकारचे प्राणी फिरत होते. इतकेच नव्हे, तर वाघही त्यांच्यावर हल्ला करण्यासाठी आला. तरीदेखील तुकारामांच्या साधनेमध्ये कोणतेही विघ्न आले नाही.

पंधरा दिवसांनंतर 'आत्मसाक्षात्कार'

जवळजवळ पंधरा दिवसांनंतर, तुकारामांना ते ज्ञान प्राप्त झाले, जे जीझस, मोहम्मद पैगंबर, संत मीरा, संत ज्ञानदेव, संत एकनाथ, संत नामदेव अशा अनेक संतांना प्राप्त झाले होते. तुकाराम सांगतात, 'मला निराकार विठ्ठलाची प्राप्ती झाली, परमात्म्याशी माझे मीलन झाले आणि आजपर्यंत अंतर्मनात चाललेल्या सर्व दुःखांचा निपटारा झाला. मी विठ्ठलाचे असीम, निराकार रूप अनुभवाने जाणू शकलो. असे रूप जे शरीर, मन, बुद्धी यांच्यापलीकडे होते. या अवस्थेत फक्त 'स्व'ची जाणीव होती.'

अद्वैत अवस्थेचा प्रकाश तुकारामांच्या तनामनावर पसरू लागला. त्यांना दिव्यत्वाचा साक्षात्कार झाला, 'मी या सृष्टीपासून वेगळा नाही,' असे ते म्हणू लागले.

'अहम् ब्रह्मास्मि'विषयी वाचणे किंवा बोलणे आणि त्या असीम अवस्थेचा प्रत्यक्ष अनुभव करणे, या दोन भिन्न गोष्टी आहेत. तुकारामांनी आता त्यांचे खरे 'स्व'रूप जाणले होते. आजवर त्यांना इतके निरपेक्ष प्रेम, असीम आनंद आणि गहन मौन कधीही अनुभवायला मिळाले नव्हते. लहानपणापासून तुकाराम अनेक अग्निपरीक्षांमधून गेले होते. मात्र, आता त्या सर्व समस्या, दुःखद स्मृती यांपासून मुक्त होऊन तुकाराम सत्याचा अनुभव घेत होते. अशा प्रकारे १५ दिवसांनंतर त्यांची साधना सफल झाली.

मनन प्रश्न

१. आजमितीला माझ्यात सत्याची तृष्णा किती आहे?

२. 'मला आता केवळ ईश्वरच पाहिजे,' असा विचार दिवसभरात किती वेळा येतो?

कार्ययोजना

आज नियोजित वेळेपेक्षा अधिक वेळ ध्यान, मनन आणि पठण करा.

❑❑❑

अध्याय

१२

तुकारामांच्या साधनेतून शिका
दुःखमुक्तीची पाच पावले

साधक तुकारामांच्या साधनेतून आपल्याला जीवनाचे काही मौल्यवान बोध प्राप्त होतात. त्यातून प्रेरणा घेऊन आपणदेखील आपल्या जीवनात समस्यारूपी वादळे आल्यानंतर दुःखमुक्तीसाठीची ही पाच पावले उचला आणि आनंदाचे भागीदार व्हा!

१. दुःखरूपी वादळात शांत राहा

साधक तुकारामांनी आपल्यात अनासक्त भाव निर्माण होईपर्यंत साधनेत प्रयत्न केले. आपणही आपल्या दैनंदिन जीवनात समस्येचे वादळ आले, तरी अनासक्त भावनेने त्या सोडवण्याचा प्रयत्न करा. वादळामुळे समुद्रातील जहाज जेव्हा प्रवास करायला असमर्थ ठरते, तेव्हा जहाजावरील खलाशी साखळीने बांधलेला नांगर (जहाजाला पाण्यामध्ये बांधून ठेवण्यासाठी वापरली जाणारी दोरी) पाण्यामध्ये टाकतो. जोपर्यंत वादळ शांत होत नाही तोपर्यंत तो तसाच ठेवला जातो. 'काहीही न करण्याचा' हा क्षण आहे, हे खलाशाला ठाऊक असते. अशा वेळी प्रवास सुरू ठेवला, तर धोका होऊ शकतो. अशा प्रकारे समस्यारूपी वादळ आल्यानंतर, विश्वास नष्ट होऊ लागला, तर त्या वेळी काहीही न करण्याचा निर्णय 'सर्वोत्तम निर्णय' असतो. अशा वेळी विचारांकडे अनासक्त नजरेने, तटस्थपणे, साक्षीभावाने पाहायला शिकायला हवे. साक्षीभावामुळे नकारात्मक विचारांची शक्ती कमी होऊन हरवलेला विश्वास पुन्हा जागृत होऊ लागतो.

तुकारामांच्या साधनेचे एक महत्त्वपूर्ण वैशिष्ट्य म्हणजे समस्या अथवा दुःख आल्यानंतर ते तटस्थ राहत असत. अशा प्रकारे १५ दिवसांच्या साधनेमध्ये त्यांच्यात अनासक्ती आणि वैराग्यवृत्ती निर्माण झाली.

२. दुःखाकडे लक्ष देऊ नका

विचारांशी सतत आसक्त होण्याची आपली वृत्ती नष्ट होण्यासाठी ध्यानाच्या अनेक पद्धती सांगितल्या गेल्या आहेत. दुःख आणि समस्येवरून आपले लक्ष दूर करण्यासाठी प्रत्येक विधी उपयुक्त ठरते. अशा वेळी तुम्ही एखादा अन्य प्रयोग केला, तरी तो उपयोगी ठरतो. कारण तात्पुरते का होईना, त्या चिंतेतून तुमचे मन दूर होते. अशा वेळी तुम्ही जे ध्यान शिकला असाल ते अवश्य करा. त्या वेळी डोळे बंद करून आपल्या श्वासोच्छ्वासाकडे शांतपणे पाहत राहा. आपल्या विचारांना ढग समजून स्वतःची विचारपूस करा, की 'ही चिंता कुठून आली? या चिंतेवरचे ध्यान कोण हटवू शकत नाही? वेदना, ताण, त्रास कुठे होत आहे? हृदयाची धडधड कशी चालली आहे? मला त्रासदायक ठरणारे हे तरंग कुठे आहेत? मग शरीर ताणून पुन्हा सैल सोडा. अशा प्रकारे तुम्ही शवासनाच्या स्थितीतही काही काळ राहू शकता. अशा वेळी थंड पाणी प्या, व्यायाम करा, सहजमनाचे काहीतरी नवे सर्जनशील काम करा, मुलांबरोबर खेळा. असे काहीही केल्याने, तुम्ही तुमचे लक्ष समस्येच्या विचारांपासून दूर करू शकाल.

साधक तुकाराम, समस्येला 'विठ्ठलाचा प्रसाद' समजत असत. म्हणजे, 'समस्या' या शब्दावरून आपले ध्यान दूर करून ते 'प्रसाद' या शब्दावर लक्ष केंद्रित करत असत. 'ज्या गोष्टीवर तुम्ही ध्यान केंद्रित करता, ती वाढत राहते,' हा निसर्गाचा नियम आहे. म्हणून समस्या आल्यानंतर 'मला ईश्वराने प्रसाद दिला आहे,' असे म्हणायला हवे.

३. दुःखामध्ये विलंब प्रतिसाद द्या

'सब्र का फल मीठा होता है,' हे वाक्य यासाठी म्हटले गेले आहे, की काळाच्या ओघात दुःख आपोआपच विलीन होत जाते. प्रत्येक वेदना नष्ट होते. त्यानंतर आपल्याला समजते, ते काम करण्यासाठी आपण घाई केली खरेतर त्याची आवश्यकताच नव्हती! आपण आपली शक्ती विनाकारणच व्यर्थ घालवली. म्हणून आपल्याला एक वचन पाळायचे आहे, 'समस्या आल्यानंतर मी विलंब प्रतिसाद देईन.'

प्रत्येक तत्त्ववेत्त्याने हाच बोध अनुभवला आहे, 'जो प्रतीक्षा करतो, त्याच्याजवळ प्रत्येक गोष्ट येते.' तुकाराम १५ दिवस विठ्ठलाची प्रतीक्षा करत होते, तीदेखील संपूर्ण समर्पण ठेवून. त्यामुळे त्यांना निराकार ईश्वराची प्राप्ती झाली.

आपल्या जीवनात आलेल्या अनेक समस्या काळाच्या ओघात आपोआपच विलीन होतात. मात्र, त्या वेळी गडबडीत मनुष्य चुकीचे पाऊल उचलतो. विशेषतः रजोगुणी लोक फक्त धावपळीतच रमलेले असतात. परिणामस्वरूप ते आनंद, शांती आणि दृढता यांपासून दूरच राहतात. म्हणून दुःखामध्ये आपण उशिरा प्रतिसाद देण्याची कला शिकायला हवी.

आकाशात असणारा ध्रुव तारा जसा निश्चल राहतो, तसेच आपणही प्रत्येक घटनेमध्ये अकंप राहायला हवे. पंधरा दिवसांच्या साधनेनंतर आता तुकारामही अविचल बनले होते. मात्र, नंतर त्यांनी जे काही अव्यक्तिगत कार्य केले, त्यासाठीही त्यांना लोकनिंदेला सामोरे जावे लागले. समाजाने तर त्यांच्यावर अन्याय केलाच; शिवाय पत्नीची बोलणीही त्यांना रोजच खावी लागत होती. या सर्व समस्यांमध्ये तुकारामांनी विलंब प्रतिसाद दिला. म्हणूनच त्यांचे जीवन म्हणजे 'संयम' आणि 'धैर्य' यांचे आदर्श उदाहरण आहे.

आपल्याला घर, नोकरी, समाज अशा सर्व ठिकाणी संयम ठेवण्याची संधी मिळते. म्हणूनच तुमचे मन जेव्हा म्हणेल, 'अमुक व्यक्तीला मी तोडीस तोड उत्तर देईन... तिला सोडणार नाही,' अशा वेळी स्वतःला एका वचनाची आठवण द्या, 'मी त्या व्यक्तीला आता नाही, बारा तासांनी उत्तर देईन.' अशा प्रकारे, तुम्ही उशिरा प्रतिसाद दिला तर तुमच्या लक्षात येईल, की तुमच्यातील क्रोध आता शांत झाला आहे. यालाच म्हणतात, विचार आणि भावनांच्या आसक्तीतून मुक्त होणे. आता तुम्ही विचारपूर्वक शब्दांची निवड कराल. परिणामी, त्या व्यक्तीशी असणारे तुमचे नातेही अभंग राहील.

म्हणूनच साधक तुकारामांनी त्यांच्या प्रत्येक नातेवाइकाला विलंब प्रतिसाद दिला. अखेर त्यांची पत्नी आवली आणि भाऊ कान्होबा यांना त्यांच्या चुकांची जाणीव झाली. तुकाराम आणि विठ्ठलाला शिव्याशाप देणारी आवलीच त्यांची भक्त बनली. यासाठीच महान संत सांगतात, 'प्रत्येक वेळी 'प्रतिक्रिया' न देता 'योग्य' आणि 'उशिरा' प्रतिसाद द्या.'

४. दुःखामध्येही सर्वोच्च निवड करा

अनेक वेळा दुःखद स्थितीत मनुष्य निम्न स्तराची निवड करतो. तो आपल्या दुःखाचे कारण नेहमीच इतरांच्या माथी थोपवतो. मात्र, तुकारामांनी अशाही परिस्थितीत सर्वोच्च निवडच केली.

महाभारताचे युद्ध सुरू होण्यापूर्वी अर्जुन आणि दुर्योधन दोघेही भगवान श्रीकृष्णांकडे मदत मागण्यासाठी गेले होते. दोघांनी श्रीकृष्णांपुढे आपली इच्छा प्रकट केली. श्रीकृष्णांनी हसत सांगितले, 'मी एकटाच आहे आणि तुम्ही दोघे आहात. तुम्ही एकमेकांच्या विरोधात असूनही माझी मदत मागत आहात. ठीक आहे, तुमच्यापुढे मी दोन पर्याय ठेवतो. त्या दोहोंपैकी एकाची निवड तुम्हांला करायची आहे. एकतर युद्धासाठी तुम्हांला माझी विशाल सेना मिळेल किंवा मी एकटा! आणि तेही निःशस्त्र मी तुमच्यासोबत असेन. तेव्हा तुम्ही कोणत्या गोष्टीची निवड कराल?'

श्रीकृष्णांचा प्रस्ताव ऐकून दुर्योधनाला जणू त्याच्या मनाप्रमाणे वरदानच मिळाले होते. त्याने विचार केला, 'एकटे श्रीकृष्ण माझ्या काय कामाचे? पण, त्यांची विशाल

सेना मिळाली, तर मी नक्कीच युद्ध जिंकेन.' याच्या अगदी विरुद्ध विचार अर्जुनाने केला, 'स्वत: श्रीकृष्णच जर माझ्यासोबत असतील, तर मला आणखी कशाची गरज असेल?' अशा प्रकारे दोघांनी आपला निर्णय श्रीकृष्णाला सांगितला. त्यानंतर रणभूमीवर जे घडले ते महाभारत इतिहासच बनला.

अर्जुनाला विजय आणि गीता दोन्ही गोष्टी मिळाल्या, तर दुर्योधन विशाल सेना असूनही पराभूत झाला. याचे कारण खूप छोटे होते. दुर्योधनाजवळ विशाल सेना होती. मात्र, अर्जुनाला स्वत: सृष्टीचा पालनकर्ता मदत करत होता. सारथ्याच्या रूपात श्रीकृष्ण स्वत: त्याचे संरक्षण करत होते.

वरील घटनेवरून आपल्याला निवड करण्याची महत्त्वपूर्ण शिकवण मिळते. त्यातून आपल्याला समजते की, आपल्या निवडीचा निकष कसा असायला हवा. साधक तुकारामांनी प्रत्येक संकटामध्ये 'विठ्ठलाची'च निवड केली. संसाराचे अस्थायी रूप ओळखून त्यांनी 'चिरंतन' सत्याची निवड केली. दुष्काळाच्या संकटात ते समस्यांनी हतबल झाले होते. परंतु, अशाही स्थितीत विश्वंभरबुवांनी बांधलेल्या पुरातन मंदिराच्या नूतनीकरणाचे काम त्यांनी सुरू केले.

पंधरा दिवसांच्या साधनेमध्ये साप, विंचू आणि वाघ यांसारखे प्राणी त्यांच्यावर हल्ला करत होते, तेव्हादेखील त्यांनी मौनात राहण्याची निवड केली. पुढे जननिंदेचा सामना करतानाही त्यांनी 'सर्वोच्च निवडी'चा निर्णय कसा घेतला, हे आता आपण जाणून घेऊ या.

५. महागडा सौदा करू नका

मनुष्य प्रत्येक क्षणी काही ना काही कार्य करतच असतो. एकतर सकाळी लवकर उठून तो व्यायाम, ध्यान आणि मनन करण्याचा निर्णय घेऊ शकतो किंवा पुन्हा झोपून आळसाची निवड करू शकतो. रोजच्या जीवनात मनुष्यासमोर अशा अनेक संधी येतात. लक्षात ठेवा, चुकीचे कार्य केल्यानेच मनुष्य दु:खी होतो. जसे, एखादा सत्यशोधक पैशांमागे इतका धावतो, की सत्यश्रवणाला महत्त्वच देत नाही. गुरुजींची एखादी अतार्किक गोष्ट आवडली नाही, तर बुद्धिवादी मनुष्य सत्यश्रवणच बंद करून टाकतो. एखाद्या भक्ताच्या जीवनात काही दु:खद घटना घडली, तर 'मी परमेश्वराची इतकी सेवा केली, तरीही माझ्याबरोबर ही घटना का घडली... मी तर इतके दान धर्म केले... सेवाकार्य केले, तरीही मला इतक्या वाईट परिस्थितीशी सामना करावा लागला... आता मी सत्संगाला जाणारच नाही...' असा विचार करून तो सत्याच्या मार्गापासून दूर होतो. यालाच म्हणतात – 'सर्वात महागडा सौदा.'

ज्ञानप्राप्तीनंतर तुकाराम म्हणाले, 'आता मी केवळ विठ्ठलासोबत सौदा करणार आहे. माझी देवाणघेवाण आता केवळ त्याच्याशीच असेल. आजपर्यंत मी जी निवड केली ती

सर्व मोह, वासना आणि माया यांच्याशी संबंधित होती. कारण माझ्यामध्ये असणारा अहंकारच माझ्याकडून चुकीची निवड करून घेत होता. मी छोट्या लाभांसाठी अशी कार्ये केली, ज्यामुळे माझीच हानी झाली. आता मात्र मी, संसार म्हणजे असत्य, नश्वर आहे, केवळ ईश्वरच सत्य आहे, हे जाणले आहे. '

आता तुम्ही विचार करा, तुमच्याकडून तुकारामांप्रमाणे प्रत्येक समस्येमध्ये, दुःखामध्ये सर्वोच्च निवड होईल का? प्रत्येक घटनेत आनंदी राहण्याचा निर्णय तुम्ही घेऊ शकाल का?

मनन प्रश्न

१. मी सत्य श्रवण करण्यासाठी कोणती कारणे देऊन टाळाटाळ करतो? मला हा महागडा सौदा वाटतो का?

२. मी कोणकोणत्या गोष्टींना योग्य किंवा विलंब प्रतिसाद द्यायला हवा?

कार्ययोजना

नकारात्मक घटनांमध्ये विलंब प्रतिसाद द्या. जसे, एखादा तुम्हांला काही नकारात्मक बोलला, तर त्याला लगेच प्रतिसाद न देता स्वतःला सांगा, 'मी बारा तासांनंतर ही समस्या सोडवण्याचा प्रयत्न करेन.'

❑❑❑

खंड

४

भक्त तुकाराम

अध्याय

१३

साधक बनला 'भक्त'

हृदयात जागृत झाली करुणा

ध्यानमार्गाचा अवलंब केलेल्या साधकाला भक्ती प्राप्त होताच तो सर्वोच्च आनंदाच्या अवस्थेत स्थापित होतो.

ज्ञानमार्ग अनुसरणाऱ्या साधकाला भक्ती मिळते, तेव्हा तो शाब्दिक ज्ञानाने निर्माण झालेल्या अहंकारातून मुक्त होऊन 'नि:शब्द मौना'चा अनुभव घेऊ लागतो.

योगमार्गाची कास धरणाऱ्या साधकाला भक्ती मिळते, तेव्हा तो सिद्धींमध्ये न अडकता भक्तिरसात अखंड न्हाऊन निघतो.

संन्याशाला भक्ती मिळते, तेव्हा तो समाधी अवस्थेत रममाण होतो.

संत तुकारामांसारख्या संसारी व्यक्तीला भक्ती मिळते, तेव्हा ते अष्टमायेच्या सर्व सीमा ओलांडून भक्तीला अभिव्यक्तीचे रूप देतात. यालाच 'भक्ती इन ॲक्शन' किंवा 'भक्तीची अभिव्यक्ती' असे म्हणतात.

साधक 'भक्त' कधी बनतो?

भक्ती म्हणजे 'प्रेमावर प्रेम' करणे. ईश्वर स्वत:च प्रेममय आहे, त्यामुळे असे म्हणतात की, साधकात जेव्हा ईश्वराविषयी निरपेक्ष प्रेम निर्माण होते, तेव्हा त्याचे भक्तामध्ये रूपांतर होते. भक्ती म्हणजेच हृदयाची शक्ती... भक्ती म्हणजे साक्षात ईश्वराच्या इच्छेशी संपूर्ण संमती... भक्ती म्हणजे ईश्वरीय गुणांची दिव्य अभिव्यक्ती... भक्ती म्हणजे विकारांपासून, मोहमायेपासून कायमची मुक्ती... भक्ती म्हणजे प्रत्येक क्षणी साक्षात ईश्वराशी युक्ती. साधक जेव्हा ईश्वराला म्हणतो, 'तुझी इच्छा, तीच माझी इच्छा' तेव्हा त्याच्या हृदयात निर्माण होतो भक्तिभाव आणि साधक बनतो, 'भक्त!'

तुकारामांच्या जीवनात जेव्हा भक्तीचा अध्याय सुरू झाला, तेव्हा त्यांची भक्ती 'ॲक्शन'मध्ये (कृतीत) आली. त्या वेळी ती केवळ भावरूपात नव्हती, तर ती त्यांच्या विचारांमध्ये, शब्दांमध्ये आणि प्रत्येक क्रियेमध्ये झळकत होती. केवळ निरपेक्ष भक्तीचेच दर्शन होत होते. यालाच म्हणतात, भक्तीची अभिव्यक्ती. म्हणजेच 'भक्ती इन ॲक्शन'.

करुणा - भक्ताचा गुण

तुकाराम जेव्हा भामनाथाच्या डोंगरावर १५ दिवस मौनामध्ये बसले होते, तेव्हा त्यांच्या कुटुंबातील सर्व सदस्य चिंताग्रस्त झाले. कारण तुकाराम कोणालाही न सांगता डोंगरावर गेले होते. गावभर ही बाब चर्चेचा विषय बनली होती. त्यांची पत्नी आवली चिडचिड्या स्वभावाची असली, तरी ती एक पतिव्रता स्त्री होती. तुकाराम इतके दिवस झाले तरी घरी का आले नाहीत, याची आता तिला चिंता वाटू लागली. म्हणून तिने तुकारामांचे छोटे बंधू कान्होबा यांना तुकारामांना शोधण्यासाठी पाठवले. कान्होबाही आपल्या मोठ्या भावाला शोधण्यासाठी त्वरित घराबाहेर पडले.

देहू गावाच्या परिसरात असणाऱ्या जंगलांमध्ये, डोंगरांवर आणि दऱ्यांमध्ये शोध घेऊन कान्होबा थकून गेले. शेवटी ते भामनाथाच्या डोंगरावर पोहोचले आणि पाहतात तर काय आश्चर्य! तिथे त्यांना तुकारामांचे असे रूप पाहायला मिळाले, जे त्यांनी आजपर्यंत कधीच पाहिले नव्हते. तुकाराम शांत बसले होते. त्यांच्या शरीरावर साप, विंचू आणि जवळच वाघ[१] यांसारखे अनेक प्राणी बसले होते. त्यांच्या चेहऱ्यावर एक वेगळेच तेज झळकत होते आणि त्यांच्यातील ज्ञानाचा प्रकाश सर्वत्र पसरला होता.

आपल्या भावाचे हे तेजस्वी रूप पाहून कान्होबा धन्य झाले. ते आश्चर्यचकित आणि भावविभोर होऊन तुकारामांकडे पाहतच राहिले, 'आज माझे डोळे तृप्त झाले आहेत; नव्हे, माझा जन्मच सार्थक झाला आहे.' अशी कान्होबांच्या अंतःकरणात तृप्तीची भावना होती. ज्या ठिकाणी तुकारामांना ज्ञानप्राप्ती झाली, त्या ठिकाणी काही दगड ठेवून, त्या स्थानाला वंदन करून दोन्ही भावंडे इंद्रायणी नदीच्या दिशेने चालू लागली. तुकारामांनी आपले १५ दिवसांचे व्रत पूर्ण करून इंद्रायणी नदीत स्नान केले. भाऊ कान्होबा आणि पत्नी आवली यांनी तुकारामांना वैराग्यभाव सोडण्याची विनंती केली, तेव्हा ते निश्चयपूर्वक म्हणाले, ''माझ्याबरोबर प्रपंचातील कोणत्याही विषयावर चर्चा करू नका.''[२] कारण आता

---

१ भामगिरी पाठारी वस्ती जाण केली । वृत्ती स्थिरावली परब्रह्मी ॥१॥ सर्प विंचू व्याघ्र अंगाशी झोंबले । पिडू जे लागले सकळीक ॥२॥ पंधरा दिवसामाजी साक्षात्कार झाला । विठोबा भेटला निराकार ॥३॥

२ नका मजपाशीं, वदो प्रपंचाचे विशी ॥

त्यांच्यात वैराग्य आणि संसार यांविषयी करुणेचा भाव निर्माण झाला होता.

स्नान झाल्यानंतर तुकाराम कान्होबाला म्हणाले, ''वडिलांनी ज्या लोकांना कर्ज दिल होते, त्या सर्वांचे कर्ज माफ करायचे आहे. त्यामुळे कर्जाशी संबंधित सर्व हिशेबाचे दस्त आणि वचनपत्र घेऊन या. जेणेकरून ती सर्व इंद्रायणीमध्ये बुडवून दुष्काळग्रस्त लोकांना कर्जमुक्त करता येईल.'' तुकारामांची ही इच्छा ऐकून कान्होबा आश्चर्यचकित झाले. त्यांनी तुकारामांना समजवण्याचा खूप प्रयत्न केला. पण, सर्व प्रयास व्यर्थ ठरले. कान्होबा म्हणाले, ''आता तुम्ही तर ज्ञानी आणि संत पुरुष बनला आहात, पण मी तर एक साधारण संसारी माणूस आहे. शिवाय माझ्यावर पत्नी आणि मुलांचीही जबाबदारी आहे. तेव्हा मी सर्व हिशेबाचे दस्तऐवज कसे देऊ?''

त्यावर भक्त तुकाराम म्हणाले, ''ठीक आहे, जी बंधपत्रे (कर्जदारांच्या हिशेबांचे कागद) आहेत, त्यांचे आपण दोन समान हिस्से करू या. तुम्ही तुमची बंधपत्रे घेऊन तुमचे कौटुंबिक जीवन चालवा. आता माझी चिंता करणारा विठ्ठलाशिवाय दुसरा कोण आहे? तेव्हा माझ्या कुटुंबाच्या उदरनिर्वाहाची चिंता साक्षात विठ्ठलच करेल. कान्होबा, आता तुम्ही माझी चिंता करू नका. जा! सर्व बंधपत्रे घेऊन या.''

त्यानंतर कान्होबा सर्व बंधपत्रे घेऊन आले. त्यातील अर्धी पत्रे संत तुकारामांनी कान्होबाला दिली आणि आपल्या वाट्याला आलेली सर्व बंधपत्रे इंद्रायणी नदीत समर्पित केली. तुकारामांच्या या कृतीने आवली अतिशय संतापली. पण, तुकारामांसमोर आता विठ्ठलाशिवाय अन्य कोणताही पर्याय नव्हता. 'साधनेमुळे माझ्यात जागृत झालेला वैराग्यभाव निरंतर राहावा, म्हणून मी सर्वांचे कर्ज माफ करत आहे. आता मी धनाच्या देवाणघेवाणीतून कायमचा मुक्त आहे. दुष्काळपीडित लोकांकडून मी पैसे कसे मागू शकतो? कारण तेही विठ्ठलाचेच रूप आहेत ना!' त्यांचे हेच विचार, आता त्यांच्यामध्ये वैराग्यासोबत करुणेचाही भाव जागृत झाला होता, हे दर्शवतात.

'करुणा भाव' हा एका खऱ्या भक्ताचा गुण आहे. तोच इतरांचे दुःख चांगल्या प्रकारे समजू शकतो. असा भक्त इतरांच्या सुखामध्येच सुखी आणि दुःखाविषयी संवेदनशील असतो. कोणाचेही दुःख त्याला पाहवत नाही. भक्त तुकारामांमध्ये आता संपूर्ण विश्वाप्रति करुणेचा भाव जागृत झाला होता. आता ते खरोखरच अष्टमायेतून मुक्त झाले होते. अन्यथा, 'मी, माझे, मला, तू, तुझे, तुला, तो, त्यांना' या अष्टमायेच्या चक्रामध्येच अनेक लोकांचे पृथ्वीवरील जीवन समाप्त होते. पण, भक्त तुकारामांसाठी आता सर्व संसार, संपूर्ण विश्वच एक परिवार बनला होता. प्रत्येक जीव त्यांच्यासाठी 'विठ्ठल' होता आणि त्या विठ्ठलाला प्रसन्न ठेवणे, हेच त्यांचे एकमात्र ध्येय होते.

लोकांच्या उद्धारासाठी भक्त तुकारामांनी आध्यात्मिक ग्रंथांचे वाचन आणि कीर्तनाचे

कार्य किती जाणीवपूर्वक आणि संवेदनशीलपणे केले होते, हे आपण पुढील अध्यायात सविस्तरपणे जाणून घेऊ या.

मनन प्रश्न

भक्तीचा खरा अर्थ काय, यावर मनन करा.

कार्ययोजना

आपल्यातील भक्ती कृतीत उतरवण्यासाठी कार्ययोजना बनवा. जसे, मनोरंजनासाठी वेळ व्यर्थ न दवडणे, इतरांसाठी जगण्याची शपथ घेणे.

❑❑❑

अध्याय

१४

ज्ञानरसात तल्लीन, भक्त तुकाराम
आध्यात्मिक ग्रंथांचे महत्त्व

एकदा एक माणूस कॉम्प्युटरवर लिहिलेल्या पत्राची प्रिंट काढत होता. प्रिंट काढल्यानंतर एक चूक त्याच्या लक्षात आली. त्याने चुकून 'आप'च्या ऐवजी 'शाप' टाइप केले होते. म्हणून त्याने लगेच पेन उचलला आणि त्या कागदावरच चूक सुधारली. त्यानंतर त्याने दुसरी प्रिंट काढली. मात्र, आता तो हैराण झाला, ती चूक पुन्हा तशीच होती. त्याने दुसऱ्या वेळी झालेली चूक सुधारण्यासाठी तिसरी प्रिंट काढली. हे पाहून शेवटी कॉम्प्युटरच्या एका जाणकाराने त्याला सांगितले, 'तुम्हांला चूक सुधारायची असेल, तर ती बाहेर नव्हे, तर कॉम्प्युटरमध्ये टाइप केलेल्या पत्रातच सुधारावी लागेल.'

खरेतर प्रत्येक मनुष्याला वाटत असते की, बदलण्याची किंवा परिवर्तनाची गरज मला नाही, तर इतरांना आहे. पण, आध्यात्मिक ग्रंथांच्या वाचनातून आपण स्वतःच मनन करणे आवश्यक असते, हे स्पष्ट होते. त्याचप्रमाणे आणखी एक महत्त्वपूर्ण लाभ हा असतो की, अशा पुस्तकांमध्ये वाचकांचे हृदयपरिवर्तन घडवण्याची ताकत असते. हे ग्रंथ मनुष्यात जागृती निर्माण करतात. एका महान व्यक्तीने म्हटले आहे, 'ग्रंथ हे विश्वाची खिडकी आहेत. या खिडक्यांमधून मनुष्याला निसर्गाचे संकेत मिळतात. जीवनातील सर्व निराशांवरील रामबाण औषध आहे – आध्यात्मिक ग्रंथ.'

भक्त तुकाराम जेव्हा आध्यात्मिक ग्रंथांच्या संपर्कात आले, तेव्हा त्यांच्या आत्ममंथनामध्ये तीव्रता आली. एका भक्तासाठी ज्ञानरसात यथेच्छ डुंबणे, हाच सर्वोच्च आनंद आहे. कारण मनुष्यामध्ये जेव्हा भक्ती जागृत होते, तेव्हा त्याला सर्व मोहमयी गोष्टी कस्पटासमान वाटू लागतात. नाव, पैसा, संपत्ती, कीर्ती यांसारख्या कुठल्याही गोष्टी त्याला अजिबात आकर्षित करत नाहीत. त्याला केवळ संतांच्या चरणांमध्येच स्वर्ग दिसतो आणि

संतांनी लिहिलेल्या ग्रंथांमध्ये अमृताचा स्वाद मिळतो. अशा ग्रंथांमध्ये लिहिलेली प्रत्येक ओळ भक्तामधील विकार प्रकाशात आणते. मग असाच भक्त भक्तीसाठी विकारमुक्त होण्याचा संकल्प करतो. भक्ती असा उपहार आहे, जो मिळाल्याने जगातील सर्व उपहार तुच्छ वाटू लागतात. अशा अवस्थेत भक्ताला दोनच गोष्टी प्रेरणा देतात, त्या म्हणजे भक्ती आणि अभिव्यक्ती.

भक्ती म्हणजे शुद्ध भाव, ईश्वराप्रति असलेले निरपेक्ष प्रेम, तर अभिव्यक्ती म्हणजे या प्रेमापोटी शरीराकडून होणारी अव्यक्तिगत, निःस्वार्थ कार्ये. अभंग, दोहे, भजन, सेवा, मौन, हास्य अशा अनेक माध्यमांतून भक्त 'भक्तीची अभिव्यक्ती' करत असतो. थोडक्यात, भक्ती एक अशी अवस्था आहे, ज्याचे वर्णन शब्दांत करणे म्हणजे समुद्रात हरवलेली एखादी वस्तू शोधण्यासारखे आहे. तरीदेखील आजपर्यंत अनेक भक्तांनी त्यांची अवस्था शब्दरूपांत साकारली आहे. परिणामी, आध्यात्मिक ग्रंथांच्या रूपाने त्यांच्याकडून महान अभिव्यक्ती घडली.

सद्ग्रंथ म्हणजे 'ईश्वरीय संकेत'

आत्मबोध झाल्यानंतर काही महापुरुषांनी ग्रंथांच्या माध्यमातून ईश्वरीय ज्ञान प्रस्तुत केले. ज्यामध्ये संपूर्ण मानवजातीचा उद्धार, संपूर्ण विकास आणि विश्वशांतीची शक्यता दडलेली आहे. अशा सद्ग्रंथांचे वाचन केल्याने भक्ती वृद्धिंगत होते. विश्वामध्ये असे अनेक लोक आहेत, जे देहभान हरपून दिवसरात्र अशा उच्च ग्रंथांच्या निर्मितीच्या कार्यामध्ये रममाण आहेत. मात्र, ज्या एकाग्रतेने आणि गंभीरतेने ते लेखन करत आहेत, तितक्याच गंभीरतेने त्यांचे वाचन केले जाते का? हा मुख्य प्रश्न आहे. रामायण, महाभारत, गुरुग्रंथसाहिब, कुरआन, बायबल इत्यादी धर्मग्रंथांनी मानवी जीवनाच्या सर्व पलूंविषयी सर्वोत्तम मार्गदर्शन केले आहे. आजदेखील हे ग्रंथ 'मानवता' मूल्य शिकवतात. ईश्वर विविध माध्यमांतून मनुष्याला मानवतेसाठी दिव्य मार्गदर्शन करतो. परंतु, मनुष्य ईश्वरीय संदेश समजू शकत नाही, हीच खरी खंत आहे. भक्त तुकारामसुद्धा अशा आध्यात्मिक ग्रंथांच्या पठणामध्ये इतके हरवून गेले, की पठण करताना ते स्वतःच एक महान रचनाकार बनले.

भक्त तुकारामांची दिनचर्या

रोज सकाळी लवकर उठून, भक्त तुकाराम विठ्ठल-रुक्मिणीच्या मंदिरात जाऊन ईश्वराची पूजा करत असत. त्यांना 'निराकार' विठ्ठलाने जरी यापूर्वीच दर्शन दिले होते, तरी त्याच निराकाराचे प्रतीकात्मक रूप त्यांना विठ्ठलाच्या मूर्तीमध्ये दिसत असे. म्हणूनच ते पूर्ण भक्तिभाव आणि श्रद्धापूर्वक ईश्वराची पूजा करत असत. त्यानंतर ते एकांतात जात असत. भंडारा, भामनाथ किंवा गोराडा अशा डोंगरांवर जाऊन ते अद्‌भुत शांतीचा अनुभव घेत

असत. त्याचप्रमाणे त्यांचा संपूर्ण दिवस आध्यात्मिक ग्रंथांचे पठण, मनन, ध्यान, मौन आणि ईश्वराची स्तुती करण्यात जात असे. त्यांची पत्नी आवली त्यांच्यासाठी जेवण घेऊन रोज भंडारा डोंगरावर जात असे. रात्र झाली की तुकाराम गावामध्ये परत येत आणि मग विठ्ठलाच्या मंदिरात रात्रभर त्यांचे कीर्तन चालत असे.

विठ्ठल मंदिराचे नूतनीकरण आणि ग्रंथपठण

भक्त तुकारामांमध्ये असा भक्तिभाव जागृत झाला होता, की ते आता केवळ इतरांसाठी जगू इच्छित होते. भक्तीमध्ये त्यांना जी तृप्ती मिळाली होती, ती प्रत्येकाला मिळावी, अशी शुभेच्छा त्यांच्यामध्ये निर्माण झाली. परिणामी, त्यांनी जुन्या विठ्ठल मंदिराच्या नूतनीकरणाचे कार्य सुरू केले. त्या वेळी दुष्काळाने त्यांचे कुटुंब निर्धन झाले होते, तरी तुकारामांनी मंदिराचे कार्य पूर्ण करण्याचे पाऊल निर्धाराने उचलले. साहजिकच, त्या वेळीही त्यांना पत्नी, भाऊ आणि गावातील लोकांनी खूप समजावण्याचा प्रयत्न केला. मात्र, जेव्हा एका भक्तामध्ये सत्याविषयी दृढता जागृत होते, तेव्हा त्याला मायेच्या कोलाहलातही केवळ 'सेल्फ'चाच (ईश्वराचाच) आवाज ऐकू येतो. असा भक्त लोकमताच्या विरोधात जाऊन ईशमतानुसार आपले कार्य पूर्ण करतोच. तुकारामांनीही ईश्वरीय इच्छेनुसार आपले कार्य सुरू केले.

आजही अनेक जण आध्यात्मिक किंवा दानधर्म यांसारखे पवित्र कार्य करतात. मात्र, त्यामागे एक तर भीतीची भावना असते किंवा प्रतिष्ठेचा हव्यास असतो. 'मी जर कोणतेही आध्यात्मिक सेवाकार्य केले नाही, तर ईश्वर नाराज होईल... मला मोक्ष मिळणार नाही...' या भीतीने अनेक जण सेवाकार्य करतात. पण, त्यांना त्याचे कोणतेही फळ मिळत नाही. कारण कोणतेही कर्म करताना सर्वात महत्त्वाचे असते, ते त्या कर्मामागील भावना!

भक्त तुकाराम मंदिराच्या नूतनीकरणाचे कार्य कोणत्याही प्रतिष्ठेसाठी किंवा भीतीपोटी करत नव्हते. तथापि, त्यांच्या हृदयात संपूर्ण मानवजातीला ज्ञानार्जन करण्याची अभिलाषा जागृत झाली होती. त्या वेळचा समाज अज्ञानाच्या आणि कर्मकांडांच्या अग्नीत होरपळत होता. अध्यात्मासंबंधित प्रत्येक पैलूविषयी त्यांच्यात अनेक चुकीच्या धारणा तयार झाल्या होत्या. अशा समाजाला ज्ञान, भक्ती आणि योग्य समज प्रदान करण्याची गरज होती. परंतु, प्रत्येक जण आपल्या कुटुंबापुरताच सीमित आणि संकुचित विचार करत होता. अशा स्थितीत एक खरा भक्तच आपली जबाबदारी ओळखून योग्य पाऊल उचलतो. भक्त तुकारामांनी नेमकी हीच जबाबदारी उचलली. त्यांनी मंदिराच्या नूतनीकरणाचे काम सुरू केले. लोकांना ज्ञान मिळावे, त्यांच्यात भक्ती जागृत व्हावी आणि ते अज्ञानातून मुक्त होऊन मोक्षाच्या दिशेने अग्रेसर व्हावेत, हाच उद्देश त्यामागे होता.

या मंदिरामध्ये भक्त तुकारामांनी कीर्तनाची व्यवस्था केली होती. लोकांनी जीवनात

मोक्षाचे सर्वोच्च ध्येय प्राप्त करावे, यासाठी त्यांनी कीर्तनाच्या माध्यमातून प्रयत्न केले. कीर्तन करण्यासाठी आवश्यक असणारे ज्ञान प्राप्त करण्यासाठी तुकारामांनी आध्यात्मिक ग्रंथांचे वाचन सुरू केले.

तुकारामांनी कोणते ग्रंथ वाचले

भक्त तुकारामांनी अनेक आध्यात्मिक ग्रंथांचे वाचन केले. त्यामध्ये मुख्य ग्रंथ होते –

संत ज्ञानेश्वर महाराजांची ज्ञानेश्वरी, अमृतानुभव, संत एकनाथांचे भागवत, भावार्थ रामायण, स्वात्मानुभव, संत नामदेव महाराजांचे अभंग, संत कबीरांचे दोहे, वेद-पुराण आणि शास्त्र यांसारख्या ग्रंथांचे त्यांनी सखोल वाचन केले. काही पुस्तके केवळ वरवर पाहण्यायोग्य असतात, तर काही पुस्तके वाचनीय असतात. परंतु, आध्यात्मिक पुस्तके वाचून मनन करण्यायोग्य आणि मनन करून ती आत्मसात करण्यायोग्यच असतात. कारण अशी पुस्तके जीवनाची दशाच नव्हे, तर दिशाही बदलतात. परिणामी, जीवनाला एक निश्चित ध्येय मिळते.

आध्यात्मिक ग्रंथांचे वाचन हीदेखील एक कला आहे. भक्त तुकाराम या कलेमध्ये पारंगत होते. कारण त्यांनी सर्व ग्रंथ केवळ एकदाच नव्हे, तर पुनःपुन्हा वाचले आणि प्रत्येक ओळीवर गहनतेने मनन केले; शिवाय ते प्रत्यक्षात उतरवलेही. ते आपल्या एका अभंगात[१] म्हणतात, 'कोणत्याही ओळीचा अर्थ समजल्याशिवाय त्याची घोकंपट्टी करणे व्यर्थ आहे. कारण ग्रंथामध्ये असलेल्या बाबी केवळ वाचून काही उपयोग होत नाही, तर त्याचा अर्थ समजून तो जीवनात उतरवायला हवा.'

केवळ वाचू नका, मनन आणि कृतीही करा

मननाविना हिरासुद्धा कोळसाच ठरतो, त्याचप्रमाणे मनन केल्याशिवाय ग्रंथ हे केवळ कादंबरीच ठरतात. मनन ही एक अशी सवय आहे, जी मनुष्याला यशाच्या सर्वोच्च शिखरावर विराजमान करते. मनन केले नाही, तर सत्य सांगण्यासाठी जी पुस्तके लिहिली गेली आहेत, अशी धार्मिक पुस्तकेही केवळ कादंबरीप्रमाणेच ठरतात. वास्तविक ग्रंथांचे वाचन करते वेळी मधूनमधून 'मनन ब्रेक' घ्यायला हवा. त्या अवधीत ग्रंथांमध्ये वाचलेल्या विषयावर मनन-चिंतन करायला हवे.

कोणतेही आध्यात्मिक पुस्तक वाचत असताना आपण कशा प्रकारे मनन करतो? प्रत्येक पात्र आपण अवताराच्या रूपात पाहतो का? आश्चर्य आणि चमत्कारांची कथा

---

१ अर्थेविण पाठांतर कासया करावे । व्यर्थचि मरावे घोकुनिया ।। घोकुनिया काय वेगी अर्थ पाहे, अर्थरूप राहे होऊनिया ।।

किंवा एखादी काल्पनिक कथा या अनुषंगाने तिच्याकडे पाहतो का? आपण वाचलेल्या ग्रंथांमध्ये समाविष्ट असलेली शिकवण जेव्हा आपल्या जीवनात आचरणात आणतो, तेव्हाच खऱ्या अर्थाने त्या ग्रंथाचे वाचन केले, असे म्हणता येईल. अन्यथा इतकी महान रचना आपल्यासाठी केवळ एक कहाणी किंवा कथा बनून राहते.

व्यायाम शरीरासाठी जे कार्य करते, तेच वाचन मेंदूसाठी करते. परंतु, आध्यात्मिक ग्रंथाच्या वाचनाने केवळ बुद्धीचा व्यायाम होत नाही, तर आंतरिक गुणांचाही विकास होतो. संकल्पशक्ती, निर्णय घेण्याची कला, एकाग्रता, सातत्य, वेळेचे नियोजन असे अनेक गुण आपल्या व्यक्तिमत्त्वाचा भाग बनतात. कारण, आध्यात्मिक ग्रंथांमध्ये मनुष्यात कोणते गुण असायला हवेत, यावर मार्गदर्शन असते. जवळपास सर्वच आध्यात्मिक ग्रंथ आपल्याला आंतरिक अवस्थेकडे निर्देश करतात.

रामायण, महाभारत, ज्ञानेश्वरी, भागवत, कुरआन, बायबल यांसारखे ग्रंथ वाचत असताना वेळ आपल्याला सांगत असते, 'प्रत्यक्षात रामायण किंवा महाभारत आपल्या अंतर्यामी आणि आसपासच घडत आहे. त्यातील प्रत्येक पात्र आपल्या आसपास किंवा आपल्यामध्येच दडलेले आहे. रामायणात जे मायावी राक्षस होते, तेच आज रूप बदलून प्रत्येक ठिकाणी वावरत आहेत.' जसे, नात्यांमधील तणाव, नैराश्य, ईर्ष्या, द्वेष, वेळेचा अपव्यय करणारी मनोरंजनाची साधने. अशा सर्व गोष्टींनी मनुष्य नेहमी त्रस्त होतो. या विकाररूपी राक्षसांवर मात कशी करायची, आपल्यात प्रत्येक क्षणी प्रेम, आनंद आणि शांती यांचे रामराज्य स्थापित कसे करायचे, याविषयी हे ग्रंथच मार्गदर्शन करतात. शिवाय आपले ध्येय हसत-हसत प्राप्त व्हावे, यासाठी मदतही करतात.

तात्पर्य, आध्यात्मिक ग्रंथ आपल्यामध्ये प्रेम, आनंद, शांती, समृद्धी, संतुष्टी, सेवाभाव, उत्साह, भक्ती, अभिव्यक्ती, असे अनेक ईश्वरीय गुण विकसित करतात. प्रत्येक ग्रंथ वाचत असताना भक्त तुकारामांमध्येही असे गुण विकसित होत गेले. त्यांनी कित्येक संतांच्या वचनांवर कार्य करून त्यावर मनन केले आणि ते ज्ञान प्रत्यक्षात आचरणातही आणले.

कित्येक लोकांनी याचा अनुभव घेतला असेल, की ते संभ्रमात किंवा द्विधा मन:स्थितीत असताना एखाद्या ग्रंथातील ओवीतून अथवा वाक्यातून त्यांना त्यांच्या प्रश्नाचे उत्तर मिळते. अर्थात, ग्रंथ आपल्या जीवनात 'संकेत पाठवणाऱ्या संदेशवाहकाची' भूमिका बजावतात. तुकारामांच्या जीवनातही ग्रंथांनी हीच भूमिका बजावली. त्यामुळेच ते दृढतापूर्वक लोकांना ग्रंथांचे महत्त्व पटवून देऊ शकले. ते आपल्या अभंगात[२] एके ठिकाणी म्हणतात, 'सर्व

---

२ वेद अनंत बोलिला, अर्थ इतुकाचि साधिला ।।१।। विठोबासी शरण जावे, निजनिष्ठा नाम गावे ।। सकळ शास्त्रांचा विचार, अंती इतुकाचि निर्धार ।।२।। अठरा पुराणी सिद्धान्त, तुका म्हणे हाचि हेत ।।३।।

आध्यात्मिक ग्रंथांचे सार हेच आहे, की मनुष्याने आपल्या अहंकाराचा त्याग करून ईश्वरचरणी समर्पित व्हायला हवे.' वेद, अठरा पुराण किंवा शास्त्रांमध्ये हेच अनंत ज्ञान सामावलेले आहे. परंतु, त्यांचा अर्थ एकच आहे, ईश्वराचे स्मरण प्रत्येक क्षणी असायला हवे. त्याचा जप अखंड चालू राहावा. कारण प्रत्येक देहात, प्रत्येक जिवात, इतकेच नव्हे, तर सृष्टीच्या कणाकणांत केवळ ईश्वरच सामावलेला आहे.

पुढील अध्यायात आध्यात्मिक ग्रंथांचे वाचन कसे करावे, हे जाणून घेऊ या. ज्यायोगे आपल्या जीवनातही तुकारामांसारखी भक्ती, मुक्ती आणि अभिव्यक्ती यांचा नवा अध्याय सुरू व्हावा.

मनन प्रश्न

- मला आध्यात्मिक ग्रंथांच्या वाचनाचे महत्त्व समजले आहे का?
- मी जे वाचतो, त्यावर किती टक्के मनन करतो?

कार्ययोजना

आतापर्यंत तुम्ही वाचलेल्या या आध्यात्मिक ग्रंथांमध्ये वाचलेली महत्त्वपूर्ण वाक्ये, विधाने लिहा, जी आपल्या जीवनात परिवर्तन घडवण्यासाठी उपयुक्त ठरली.

❑❑❑

अध्याय

१५

आध्यात्मिक ग्रंथ कसे वाचावेत?

तुकारामांसारखे ग्रहणशील बना

वाचकांचे तीन प्रकार असतात. पहिल्या प्रकारातील लोक 'वाचा आणि विसरून जा' हे सूत्र बाळगतात. असे लोक केवळ 'टाइमपास'साठी काहीतरी वाचतात आणि विसरूनही जातात. त्यांनी वाचलेल्या गोष्टी, जीवनात घडणाऱ्या घडामोडींमध्ये त्यांना अजिबात आठवत नाहीत.

दुसऱ्या प्रकारचे लोक 'वाचा आणि अहंकाराने पुष्ट व्हा' हे सूत्र बाळगतात. काही लोक केवळ इतरांना दाखवण्यासाठी जाडजूड धर्मग्रंथांचे वाचन करतात. 'मला सर्व माहिती आहे. मी एवढ्या ग्रंथांचे वाचन केले आहे,' अशा विचारांमुळे ते अहंकारी होऊन फुग्याप्रमाणे फुगतात, 'पुष्ट' होतात. अशा वाचकांच्या वाणीमध्ये सतत ज्ञानयुक्त शब्द, मंत्र किंवा श्लोक असतात. परंतु त्यांनी केवळ 'माहिती'लाच ज्ञान समजण्याची चूक केली आहे, हे त्यांचे जीवन पाहूनच लक्षात येते.

तिसऱ्या प्रकारच्या वाचकांचा नारा असतो – 'वाचा आणि रसमय व्हा!' असे वाचक ग्रंथांमध्ये पूर्णपणे तल्लीन होतात, जसा रसगुल्ला पाकात बुडून रसमय होतो. त्याच्या आत आणि बाहेरही पाक असतो. अशा प्रकारे, काही वाचक ग्रंथांमध्ये इतके रममाण, तल्लीन होतात, की ज्ञानाचा रस त्यांच्या आत आणि बाहेर वाहू लागतो. ते अंतर्बाह्य रसमय होतात. त्यांचे भाव, विचार, वाणी आणि कृती यामध्ये ज्ञानाची झलक दिसते. कारण, असे लोक योग्य समज ठेवून वाचन करतात. भक्त तुकारामांनीही अशा प्रकारेच आध्यात्मिक ग्रंथांचे वाचन केले. परिणामी, त्यांच्यासाठी मोक्षाचे द्वार उघडले गेले. शिवाय ते कित्येक लोकांना ज्ञान मिळावे यासाठी निमित्त बनले. तसेच महाराष्ट्राच्या भूमीवर भक्तीचे आंदोलन सुरू होण्यासाठीही ते निमित्त बनले.

'आध्यात्मिक पुस्तकांचे वाचन करणे आवश्यक का आहे,' हे आपल्याला भक्त तुकारामांच्या जीवनाद्वारे स्पष्टपणे समजते. आता वाचन कसे करावे, हे आपण जाणून घेऊ या.

१. उचित उद्दिष्टासह वाचन करा

मनुष्य जेव्हा दिशाहीन वाचन करतो, तेव्हा ते वाचन, वाचन न केल्यासारखेच असते. अशा दिशाहीन वाचनाचा मनुष्याला काहीही लाभ होत नाही. अनेक लोक वर्षानुवर्षे *गीता, कुरआन, बायबल, दासबोध* वाचतात. परंतु त्यांच्या जीवनात विशेष परिवर्तन घडत नाही. कारण वाचन कोणत्या उद्देशाने केले जात आहे, हे महत्त्वपूर्ण ठरते. आपण इतरांना दाखवण्यासाठी वाचन करत असाल, तर त्याचा काय उपयोग?

यासाठी कोणत्याही ग्रंथाचे वाचन करताना आपले ध्येय सुनिश्चित करा. 'माझ्या जीवनातही संतांप्रमाणे दिव्यभक्ती आणि सर्जनशील गोष्टींचा आविष्कार व्हावा. त्यांच्याप्रमाणे मीसुद्धा कोणत्याही परिस्थितीत आनंदित राहण्याच्या कलेत पारंगत व्हावे, हे उद्दिष्ट बाळगा.'

२. कार्ययोजना तयार करून ती अमलात आणा

पुस्तकांचे चार प्रकार असतात. पहिल्या प्रकारची पुस्तके केवळ पाहण्यायोग्य असतात, म्हणजे त्यामध्ये केवळ डोळ्यांचा उपयोग होतो. दुसऱ्या प्रकारच्या पुस्तकांमध्ये जिभेचादेखील उपयोग होतो. म्हणजे तुम्ही वाचत असताना केवळ त्या शब्दांचाच उच्चार करत असता. तिसऱ्या प्रकारच्या पुस्तकांमध्ये डोळे, जीभ यांसोबतच बुद्धीचाही वापर होतो. याचाच अर्थ, आपण ते वाचले आणि त्यावर विचारही केला. चौथ्या प्रकारची पुस्तके वाचली जातात, पाहिली जातात, त्यावर विचारविमर्श करून त्याची अंमलबजावणी करण्याची कार्ययोजनाही तयार केली जाते. आध्यात्मिक पुस्तके वाचताना आपल्याला चौथा प्रकार अमलात आणावा लागतो. यात वाचन करत असताना अधूनमधून गहन मनन करून, आपण ते आपल्या डायरीमध्ये लिहितो. जर, आपल्याला एखादा आजार किंवा नकारात्मकता यापासून मुक्त व्हायचे असेल, तर मनन करताना कार्ययोजनाही (ॲक्शन प्लॅन) बनवायला हवी. ज्यायोगे तुम्हांला त्याची अंमलबजावणी करता येईल.

३. पूर्ण पुस्तक वाचा, सुरुवातीपासून वाचा

काही लोक मधूनच पुस्तक वाचायला सुरुवात करतात. त्यामुळे ते पुस्तकाला शंभर टक्के न्याय देऊ शकत नाहीत. म्हणून, प्रथम 'पुस्तकाचा लाभ कसा घ्यावा' हे पान वाचणे अपरिहार्य असायला हवे.

काही लोक असेही असतात, जे प्रस्तावना वाचण्यासाठी टाळाटाळ करतात. तुम्ही

जर मधूनच एखादे पान वाचायला सुरुवात केली, तर कदाचित म्हणाल, 'हे पुस्तक माझ्या काहीच कामाचे नाही.' कारण मधूनच पुस्तक वाचायला सुरुवात केल्याने त्या विषयाची गहनता तुमच्या लक्षात येणार नाही. मात्र, काही पुस्तके वाचण्यापूर्वी 'अमुकअमुक मुद्द्याचा नेमका संदर्भ काय आहे, कोणत्या गोष्टीच्या आधारे या पुस्तकाची रचना केली आहे,' हे आपल्याला समजणे आवश्यक असते. म्हणूनच, कोणत्याही पुस्तकाचे पठण सुरुवातीपासून, प्रस्तावनेसह आणि दिलेल्या क्रमानुसारच व्हायला हवे.

४. स्वतःचे नवे पुस्तक बनवा

वाचन करत असताना आपल्याला महत्त्वाच्या वाटणाऱ्या गोष्टी रेखांकित करा किंवा पुनःपुन्हा त्या उच्चारा. त्यामुळे त्या तुमच्या जीवनाचे एक अंगच बनतील. असे करून तुम्ही स्वतःसाठी एक संक्षिप्त पुस्तक तयार कराल. संत तुकारामांनीही अनेक संतांच्या वचनांचे उच्चारण पुनःपुन्हा केले. त्यामुळेच कीर्तन करताना ते सर्व ओव्या लोकांसमोर प्रस्तुत करू शकले. तुकारामांच्या मनामध्ये सतत अशाच ओळींचे पुनरुच्चारण सुरू असे. ते आपल्या एका अभंगात[१] म्हणतात, 'मी संतांच्या मुखातून आणि त्यांच्या ग्रंथांतून आलेल्या विधानांचा, वचनांचा हृदयापासून उच्चार केला आहे. ते करत असताना माझ्यात दृढता, विश्वास आणि सन्मान अशी भावना होती.'

५. पुस्तक पुनःपुन्हा वाचा

लक्षात ठेवा, ज्या गोष्टी तुम्ही रेखांकित केल्या नाहीत, त्यासुद्धा महत्त्वाच्या असू शकतात. त्यामुळे कोणताही ग्रंथ एकदाच वाचून थांबू नका. तो पुनःपुन्हा वाचा. ज्यायोगे प्रत्येक वेळी आपल्या जाणिवेचा स्तर उंचावत राहील. प्रथम तुम्हांला एक उत्तर आवडेल, पण दुसऱ्या वेळी अन्य उत्तर आवडू शकेल. कारण प्रत्येक वेळी आपली चेतना बदलत राहते. पुढच्या वेळी आपल्याला आणखी काही वेगळी उत्तरे मिळतील. अन्यथा लोक शेवटी जे उत्तर वाचतात, तेच योग्य समजतात आणि त्यातच अडकतात. त्यामुळे नव्या गोष्टी प्रकाशात येण्यासाठी सूक्ष्मरीत्या पुनःपुन्हा वाचन करणे आवश्यक ठरते.

तुकाराम महाराजांनी त्यांच्याकडे उपलब्ध असलेल्या जवळपास सर्व आध्यात्मिक ग्रंथांचे वाचन केले होते. त्याचबरोबर ते संत नामदेवांचे अभंगही वारंवार वाचत. ते वाचत असताना त्यांच्यामध्ये एक अशी आनंदाची अद्‌भुत प्रेरणा संचारत असे, की ते स्वतःला नृत्य करण्यापासून रोखू शकत नसत. कबीरांचे दोहे वाचत असताना त्यांच्यात प्रेमभाव जागृत होत असे, तर ज्ञानेश्वर महाराजांचा *अमृतानुभव* वाचत असताना ते भावसमाधीमध्ये

---

१ काही पाठ केली संतांची उत्तरे, विश्वासे आदरे करोनिया ।।

जात असत. त्यांच्या काही अभंगांमध्ये 'भर्तृहरी'चा उल्लेख येतो, तर काही अभंगांमध्ये 'विष्णु सहस्त्रनामा'चा संदर्भ येतो. अर्थातच, संत ज्ञानेश्वर, संत एकनाथ, संत नामदेव, संत कबीर यांच्याशिवाय संत तुकारामांनी अनेक महान ग्रंथांचे वाचन केले. त्यांच्या एका अभंगामध्ये[२] 'मी अणूरेणूपेक्षाही सूक्ष्म आहे, परंतु त्याच वेळी आकाशापेक्षा विशाल आणि असीमदेखील आहे. सूक्ष्मातही 'मी' आहे आणि जड वस्तूमध्येही 'मी'च आहे,' असे त्यांनी म्हटले आहे.

याच अर्थाशी साधर्म्य असलेला एक श्लोक भगवद्गीतेमध्ये आहे. 'अणोरणीयान्महतो महीयान्' याचा अर्थ आणि तुकारामांच्या अभंगाचा भावार्थ मिळताजुळता आहे. आपल्या एका अभंगात[३] तुकाराम स्पष्टपणे सांगतात, 'आध्यात्मिक ग्रंथांच्या वाचनाचे एकच सार आहे, भक्ती.' महर्षी व्यासांनीही सांगितले आहे, की 'भक्तीच सर्व काही आहे, भक्तीच अंतिम सार आहे.' खरोखर ग्रंथांमुळेच तुकाराम ज्ञानरस आणि भक्तिरसामध्ये पूर्णपणे तल्लीन झाले होते.

आध्यात्मिक ग्रंथ जर सखोलतेने वाचले, तर त्याआधारे आपण अंधारातून प्रकाशाकडे, अज्ञानातून ज्ञानाकडे आणि बंधनातून मुक्तीकडे, चुकीच्या वृत्तींमधून दिव्यभक्तीकडे झेप घेऊ शकतो. ग्रंथ वाचत असताना आपण स्वत:चे जीवन त्यात पाहू लागतो, त्या दिवशी आपल्या अव्यक्तिगत जीवनाचा प्रारंभ झाला, असे समजायला हरकत नाही.

मनन प्रश्न

१. आध्यात्मिक ग्रंथ वाचत असताना, मी लिखित रूपात त्यावर मनन करतो का?

२. मी आध्यात्मिक ग्रंथ मनोरंजनासाठी वाचतो, की मनन करण्यासाठी?

३. सद्य:स्थितीत मी कोणत्या प्रकारातील वाचकात येतो –

   अ. वाचा आणि विसरून जा

   ब. वाचा आणि अहंकाराने पुष्ट व्हा

   क. वाचा आणि त्यात हरवून जा

कार्ययोजना

'वाचा आणि त्यात हरवून जा' या प्रकारातील वाचक बनण्यासाठी आपण आपली वेगळी डायरी बनवा.

❑❑❑

२ अणुरेणुया थोकडा । तुका आकाशाएवढा ।

३ त्यांचीच उच्छिष्टे बोलता उत्तरे । सांगितले खरे व्यासदिकी ।। व्यास सांगितले भक्ति हेचि सार । भवसिंधूपार तरावया । तरावया जना केले भागवत । गोवळेगोपी भक्त मातापिता ।।

अध्याय

१६

नि:स्वार्थ जीवन अभिव्यक्ती

मीही विठ्ठल, तूही विठ्ठल

एके दिवशी, एक शेतकरी तुकारामांना उसाचा रस पिण्याचे आमंत्रण देण्यासाठी आला. तेव्हा आवलीने दोघांमधील संवाद ऐकला. तुकाराम जेव्हा उसाचा रस पिण्यासाठी बाहेर जाऊ लागले, तेव्हा आवली म्हणाली, ''ऐका, तो शेतकरी तुम्हांला रस देईल त्याबरोबर थोडा ऊसही देईल. तेव्हा तो रस्त्यात कोणाला वाटू नका, सरळ घरी घेऊन या.''

आवलीचे बोलणे ऐकून तुकाराम घराबाहेर पडले. त्या शेतकऱ्याने त्यांना भक्तिभावाने उसाचा रस प्यायला दिला आणि विनंती केली, ''महाराज, जाताना आपल्या कुटुंबासाठी थोडा ऊस घेऊन जा.'' तुकारामांनी ती उसाची मोळी उचलली आणि डोक्यावर ठेवली. परंतु जसे ते गावाच्या वाटेला लागले, तसे बरीचशी छोटी मुले त्यांच्याभोवती गर्दी करू लागली. सगळी मुले त्यांना ऊस मागू लागली. काही वेळाने त्यांनी ती मोळी खाली टाकली आणि त्या उसाचे तुकडे करायला सुरुवात केली. सगळ्या मुलांना एकेक तुकडा देऊन ते घराकडे जायला निघाले. आता त्यांच्या हातामध्ये उसाचे केवळ तीनच तुकडे शिल्लक होते. त्यामुळे त्यांनी घरात पाऊल ठेवताच आवलीने संतापाने विचारले, ''तुमच्या हातामध्ये उसाचे केवळ तीनच तुकडे आहेत. बाकी सगळा ऊस रस्त्यात वाटून टाकला ना?'' त्यावर तुकाराम महाराजांनी आवलीला जे उत्तर दिले, ते त्यांच्या अव्यक्तिगत जीवनाचे प्रतीक आहे. ते म्हणाले, ''आवली, प्रत्येक मुलगा विठ्ठलच आहे आणि सर्व मुले आपलीच आहेत. आपल्या घरात तर तीनच मुले आहेत. त्यामुळे त्यांच्या नशिबात जे तीन तुकडे होते, तेवढेच शिल्लक राहिले. उर्वरित सगळे इतर मुलांनी खाल्ले.''

अशा प्रकारे हे उदाहरण दर्शवते की, खऱ्या भक्ताला प्रत्येक दिशेला, प्रत्येक जिवामध्ये, इतकेच नव्हे, तर सृष्टीच्या प्रत्येक कणामध्ये एकाच चेतनेचे दर्शन होते. संत

तुकारामांनी 'मी, मला, माझे' या स्वार्थाच्या सर्व सीमा पार केल्या होत्या. त्यांना प्रत्येक घर आपले कुटुंब वाटत होते. प्रत्येक मुलामध्ये, वृद्धामध्ये आणि मनुष्यामध्ये त्यांना विठ्ठलच दिसत होता. कारण आता ते केवळ इतरांसाठीच जगत होते. यालाच म्हणतात, नि:स्वार्थ जीवन, अव्यक्तिगत जीवन.

'तुझे-माझे'चा संकुचित विचार सोडा

जगात अनेक लोक नि:स्वार्थ जीवन जगतात. ते इतरांसाठी जगण्या-मरण्यासाठीही तयार होतात. परंतु, त्यांच्यात नि:स्वार्थ जीवनाची समज असतेच असे नाही. जसे, काही लोक विशिष्ट जातीसाठी किंवा वर्गासाठी स्वत:चा प्राण द्यायलाही तयार होतात. कारण स्वत:ला ते त्या जातीचे अथवा वर्गाचे समजतात.

एखादी स्त्री आपल्या कुटुंबासाठी काहीही करायला तयार असते. ती घरात दिवसरात्र नि:स्वार्थ कार्य करत राहते. त्या बदल्यात ती कोणतीही अपेक्षा ठेवत नाही. परंतु परिवाराव्यतिरिक्त तिला जर दुसरे काही करायला सांगितले, तर ती प्रथम स्वत:चाच फायदा पाहते. थोडक्यात, तिच्या नि:स्वार्थ जीवनाची झेप केवळ कुटुंबापुरतीच मर्यादित असते.

तात्पर्य : मनुष्य एका मर्यादेपर्यंत नि:स्वार्थ जीवन जगू शकतो, मात्र त्यापलीकडे तो कोणत्या ना कोणत्या बंधनात, आसक्तीमध्ये अडकलेला असतो. फक्त खरा भक्तच 'तुझे-माझे' या संकुचित विचारांपलीकडे जाऊ शकतो आणि त्याप्रमाणे कर्मही करतो. कारण असा मनुष्य परमचैतन्याशी ताळमेळ राखतो.

विठ्ठल एक, रूप अनेक

संपूर्ण ब्रह्मांडात एकच परमचैतन्य आहे आणि त्याच एकमेव परमचैतन्याद्वारे संपूर्ण विश्वाचे चलनवलन सुरू आहे. प्रत्येक सजीव, निर्जीव, प्रकट, अप्रकट, स्थूल आणि सूक्ष्म अशा प्रत्येक गोष्टीमागे तेच एकमेव कारण आहे. हेच चैतन्य प्रत्येक गोष्टीच्या मागे आणि पुढेही आहे. अंतर्बाह्यही तेच व्यापलेले आहे! अर्थात, तीच परमशक्ती एकत्र होऊन वस्तूंना मूर्तरूप देते आणि त्यांना कार्यरत करते. त्या शक्तीलाच कोणी 'ईश्वर' म्हणतो, कोणी 'अल्लाह, जीझस, गॉड', तर कोणी 'सुपर नॅचरल पॉवर' म्हणतो. शिवाय, त्या शक्तीला 'ऊर्जा, तरंग, एनर्जी' असेही म्हटले जाते. जी ऊर्जा सदैव आपल्या मूळ स्वरूपात स्थित असते, तीच अन्य रूपांत आभासी होत असते. जसे, लेजर शोमध्ये असणारी किरणे जे दृश्य तयार करतात, ती सजीवच वाटतात. मात्र, प्रत्यक्षात ती लेजर किरणांचे आभासी रूप असतात. अशा प्रकारे संपूर्ण ब्रह्मांडाच्या उत्पत्तीमागे एकच गोष्ट आहे. याच शक्तीला संसारात विविध नावे आहेत. जसे, महातरंग, परमसत्ता, परमचैतन्य, महाशून्य, सत्य, परमसत्य, अंतिम सत्य, एकम, तेजम, नूर, अनहद नाद, ॐ, दिव्य ऊर्जा, सुप्रीम पॉवर,

सुप्रीम सोल, परमात्मा, ईश्वर, सेल्फ, परब्रह्म, स्वसाक्षी, अल्लाह, गॉड, राम, कृष्ण, विठ्ठल इत्यादी. अर्थात, ईश्वर एकच आहे, परंतु त्याची रूपे मात्र अनेक आहेत.

आता विज्ञानानेही या गोष्टीला मान्यता दिली आहे, की प्रत्येक पदार्थ हा मूलतः तरंगच आहे. संपूर्ण ब्रह्मांड हे मुळात एक तरंग किंवा एनर्जीच आहे. विज्ञानाने तर पदार्थांचे विघटन केल्यानंतर ही गोष्ट जाणली. परंतु संत तुकारामांसारख्या अनेक महापुरुषांनी ध्यान, मौन आणि भक्तिमार्गाने या सत्याचा अनुभव घेतला. या अनुभवप्राप्तीलाच 'आत्मसाक्षात्कार', 'स्वबोध', 'सेल्फ रियलाजेशन' किंवा 'बुद्धत्व' असेही संबोधले गेले आहे.

ज्या लोकांना हा अनुभव प्राप्त झाला, त्यांनी आपली भाषा आणि वातावरण यांनुसार वेगवेगळ्या शब्दांत त्याविषयी सांगितले. गुरू नानक म्हणतात, 'एक नूर ते सब जग उपजा...' अर्थात, एकाच दिव्य प्रकाशापासून संपूर्ण सृष्टी निर्माण झाली. आदि शंकराचार्यांनी सांगितले, 'अहं ब्रह्मासि', म्हणजे 'मीच ब्रह्म आहे.' वेद आणि उपनिषदांनी सांगितले, 'तत्त्वमसि', 'सोहम्', 'ओम् तत् सत्'. सूफी संत मन्सूर म्हणतात, 'अनल-हक' म्हणजे 'मीच सत्य आहे.' तर संत तुकाराम म्हणाले, 'विष्णुमय जग'.

कणाकणांत सामावला विठ्ठल

'विष्णुमय जग' या अभंगात[१] संत तुकाराम म्हणतात, 'संपूर्ण ब्रह्मांडातील कणाकणांत विठ्ठल आहे. त्यामुळे आता माझ्यात आणि इतरांमध्ये कोणताही भेद राहिलेला नाही.' अशी गहन समज प्राप्त केल्याने भक्त तुकारामांच्या जीवनात निःस्वार्थ जीवनाची अभिव्यक्ती झाली.

समजा, रस्त्यावरून जाताना एखाद्याच्या डोक्यावर भार असेल, तर संत तुकाराम तो आपल्या डोक्यावर घेऊन समोरच्याला काही वेळ आराम देत असत. पावसात भिजलेल्या माणसाला सुके कपडे देऊन त्याला आपल्या घरामध्ये थोडा वेळ थांबायला सांगत असत. यात्रेकरूंच्या पायाची सूज पाहून गरम तेलाने ते त्यांच्या पायांना मालिश करून देत असत. एखादी वृद्ध गाय किंवा बैल पाहिला, तर त्याच्यासाठी चाऱ्याची व्यवस्था करत असत. मुंग्यांच्या घराजवळ जाऊन साखर टाकत असत. इतकेच नव्हे, तर चालत असताना एखादी किडा-मुंगी पायाखाली येऊ नये, यासाठी हळूहळू चालत असत. कीर्तनाच्या वेळी एखाद्याला गरम होत असेल, तर स्वतः त्याला वारा घालत. कोणी नदीवरून पाणी आणत असताना थकले असेल, तर त्याची घागर घरापर्यंत पोहोचवत. एखादा यात्रेकरू आजारी पडला, तर मंदिरामध्ये त्याची व्यवस्था करून त्याला औषधे देत असत. एके दिवशी तर

---

१ विष्णुमय जग वैष्णवांचा धर्म । भेदाभेदभ्रम अमंगळ ॥ अइका जी तुम्ही भक्त भागवत । कराल ते हित सत्य करा ॥ कोणा ही जिवाचा न घडो मत्सर । वर्म सर्वेश्वरपूजनाचे ॥ तुका म्हणे एका देहाचे अवयव । सुख दुःख जीव भोग पावे ॥

त्यांनी एका अनाथ महिलेला आवलीची साडी देऊन टाकली.

एके दिवशी एका म्हातारीला तेल हवे होते. तिने तुकारामांना विनंती केली तेव्हा तुकारामांनी 'सेवेची संधी' समजून ते काम मनापासून पूर्ण केले, तिला तेल दिले. तुकारामांनी दिलेले तेल अनेकदा वापरूनही कित्येक दिवस ते संपता संपले नाही. मग, हळूहळू ही गोष्ट संपूर्ण देहू गावात पसरली. त्यानंतर अनेक लोक तेलाचे भांडे घेऊन तुकारामांच्या घरी आले आणि त्यांना तेल भरून देण्याची विनंती करू लागले. संत तुकारामांनीही हसत-हसत त्यांना तेल दिले.

अशा अनेक अव्यक्तिगत, निःस्वार्थ कार्यांनी भक्त तुकारामांचे चरित्र ओतप्रोत भरले आहे. आपल्या एका अभंगात[२] ते म्हणतात, 'मी आता केवळ परोपकार करण्यासाठीच जिवंत आहे. कारण विठ्ठलच माझ्याकडून हे कार्य करवून घेत आहे आणि मी ज्यांची सेवा करत आहे, तेदेखील विठ्ठलच आहेत.' मी पण विठ्ठल, तू पण विठ्ठल... केवळ विठ्ठलच आहे. त्याच्याशिवाय अन्य काहीच नाही. हा साक्षात्कारच त्यांना निःस्वार्थ काम करण्यासाठी प्रेरित करत होता.

तुकारामांच्या कविता आणि अभंग आजही कशा प्रकारे निःस्वार्थ सेवेचे कार्य करत आहेत, हे आता आपण पुढील अध्यायांमध्ये जाणू या.

मनन प्रश्न

१. माझे जीवन आज किती टक्के निःस्वार्थ बनले आहे?

२. माझ्यामध्ये निःस्वार्थ जीवन जगण्याची प्रेरणा निर्माण झाली आहे का?

कार्ययोजना

आज आपली कोणतीही एक आवडती वस्तू इतरांना देण्याचा प्रयत्न करा आणि असे करताना देण्यातील आनंदाची अनुभूती घ्या.

❑❑❑

---

२ तुका म्हणे आता उरलो उपकारापुरता ।।

अध्याय

१७

गुरूंच्या शोधात तुकाराम
सर्वोच्च अधिकाऱ्याची भेट

संत तुकाराम एक असे भक्त होते, ज्यांनी अनेक ठिकाणी खऱ्या गुरूचा शोध घेतला. वास्तविक त्यांच्यात ईश्वराविषयी निरपेक्ष प्रेम आणि भक्तिभाव जागृत झाला होता, तरीदेखील ते 'सर्वोच्च अधिकारी' व्यक्तीच्या मुखातून आशीर्वाद घेऊ इच्छित होते. ही गोष्ट एका उदाहरणाद्वारे समजून घेऊ या.

गुरू म्हणजे सर्वोच्च अधिकारी

एकदा एका मनुष्याला काही कारणाने शिक्षा झाली होती. प्रत्यक्षात त्या व्यक्तीने कोणताही अपराध केला नव्हता. उलट, त्याला कपट करून फसवण्यात आले होते. परंतु त्याच्या विरोधात एकही साक्षीदार नव्हता किंवा एखादा तार्किक पुरावाही नव्हता. त्यामुळे तो निश्चिंत होता. न्यायालय कोणता निर्णय देणार, हेही त्याला माहीत होते. तरी निकालाची वेळ जसजशी जवळ येऊ लागली, तसतशी त्या माणसाची घालमेल वाढू लागली. न्यायालय त्याला निर्दोष मुक्त करणारच, यावर त्याचा पूर्ण विश्वासही होता. तरीदेखील निकालाच्या भीतीने तो थरथर कापू लागला. त्याने पोलिसांना आपल्या वकिलांशी बोलण्याची विनंती केली. त्यावर वकीलसाहेब हसत-हसत त्याला समजावत म्हणाले, ''चिंता करण्याचं कोणतंही कारण नाही, कारण आपण निर्दोष आहात. ही बाब मी, तुम्ही आणि न्यायाधीशांनाही योग्य प्रकारे माहीत आहे. आपल्या विरोधात न्यायालयाकडे एकही पुरावा नाही. त्यामुळे आपला विजय निश्चित आहे.'' वकिलांचे असे बोलणे ऐकून त्याला थोडाफार धीर आला. मात्र, त्याच्या हृदयाची धडधड वाढतच होती. शेवटी तो दिवस आला, ज्या दिवशी न्यायाधीश निकालाची सुनावणी करणार होते. त्या दिवशी त्याची स्थिती पाहण्यासारखी होती. भीतीने

त्याला दरदरून घाम फुटला होता. पण थोड्याच वेळात न्यायाधीशांनी निकाल जाहीर केला आणि त्याची निर्दोष मुक्तता केली.

आता त्या मनुष्याच्या चेहऱ्यावर जी चमक होती, डोळ्यांत जे तेज होते, त्याच्या चालण्यात जो विश्वास होता, तो काही वेगळाच होता. कारण योग्य (सर्वोच्च) अधिकाऱ्याच्या तोंडून त्याने तो निर्णय ऐकला होता. त्यामुळे आता तो निश्चिंत झाला होता.

आता या उदाहरणावर जरा मनन करा. त्या मनुष्याला तो निर्दोष असल्याचा पूर्ण विश्वास होता. त्याचे कुटुंबीयदेखील त्याला सांगत होते, 'काही दिवसांतच तुम्ही मुक्त होणार आहात.' इतकेच नव्हे, तर वकिलानेही त्यांना निश्चिंत राहायला सांगितले होते. तरीदेखील तो मनुष्य न्यायाधीशांनी दिलेला निकाल ऐकल्यानंतरच निर्धास्त झाला. याचाच अर्थ, मनुष्याला नेहमी 'ऑथेंटिक अनाउन्समेंट' (अधिकृत निर्णयच) ऐकण्याची इच्छा असते.

अध्यात्म मार्गावरही एकच 'सर्वोच्च अधिकारी' असतो. त्याच्याकडून आशीर्वाद, कृपा अथवा मंत्र प्राप्त झाल्यानंतरच भक्ताच्या भक्तीमध्ये निखार येतो. त्याच्या जीवनात प्रेम, आनंद, मौन यांचा वर्षाव सुरू होतो. त्याच्यात सत्याविषयी दृढ विश्वास निर्माण होतो. तो सर्वोच्च अधिकारी म्हणजेच 'गुरू!'

भक्तासाठी गुरूचे महत्त्व

गुरू असा दरवाजा आहे, ज्यातून भक्त अंतिम सत्यापर्यंत म्हणजे सर्वोच्च आनंदाच्या अवस्थेप्रत पोहोचतो आणि त्यात स्थापितही होतो. म्हणूनच शब्द बनला – गुरुद्वारा! गुरू, ईश्वर आणि मनुष्य यांच्यात, तसेच अंतर्बाह्य जगात संपर्क साधण्यासाठी पुलाचे काम करतात. बाहेरच्या जगात सुख-शांती मिळण्यासाठी सर्वांना चांगले सरकार हवे असते, ज्यायोगे लोक सुखात जीवन जगू शकतील. ज्यायोगे लोकांना रस्ते दुरुस्त कसे करावेत, शाळा, उद्याने कशी विकसित करावीत, असे प्रश्न पडू नयेत. अशा प्रकारेच, आतल्या जगातही प्रेम, शांती आणि आनंदाने जगण्यासाठी भक्कम सरकार गरजेचे असते. राजा चांगला असेल, तर प्रजा सुखी असते. 'यथा राजा तथा प्रजा' या म्हणीप्रमाणे राज्यात आनंद नांदतो. म्हणूनच, जीवनामध्ये गुरूंचे शासन आवश्यक आहे.

ग्रंथांमध्ये असणारे ज्ञान योग्य पद्धतीने समजून घेण्यासाठी आणि त्यावर विश्वास दृढ होण्यासाठी गुरूंकडे जाणे लाभदायक ठरते. आपल्या नात्यांच्या मोहाचे काटे गुरू आपल्या कृपारूपी तलवारीने दूर करतात. म्हणूनच गुरूंचा उपदेश नेहमी आकाशवाणी समजून त्यावर अंमल करावा. आपल्या मनामध्ये संशय भरलेला असेल, तर तुमची तयारी होत नाही तोपर्यंत गुरूही तुम्हांला पुढील गोष्टी (परमसत्य) सांगत नाहीत.

गुरुप्राप्तीची आस

'भक्त पात्र बनतो, तेव्हा गुरूंना त्याच्या जीवनात यावेच लागते.' कारण निसर्गाचा नियमच आहे, 'ज्या गोष्टीसाठी तुम्ही पात्र बनता, ती तुमच्या जीवनामध्ये येतेच.'

दुसऱ्या शब्दांत सांगायचे झाल्यास, तुम्ही जेव्हा दहा लीटर दूध आणण्यासाठी जाल तेव्हा ज्यात फक्त एक लीटर दूध बसू शकेल, असे भांडे घेऊन जाणार का? नाही ना! कारण त्या भांड्यात केवळ एकच लीटर दूध सामावू शकते. म्हणजेच ते भांडे दुधासाठी पात्र नाही. तुम्हांला जर दहा लीटर दूध आणायचे असेल, तर तुमच्याकडे भांडेही तितकेच मोठे असायला हवे. त्यामुळे दूध बाहेर न सांडता सर्व दूध त्यामध्ये बसू शकेल. हीच गोष्ट प्रत्येकाच्या पात्रतेसाठी लागू होते. भक्त तुकारामांनी ग्रंथांच्या वाचनातून, दिव्यभक्ती आणि निःस्वार्थ कर्म यांच्या माध्यमातून आपली पात्रता वाढवली होती. आता त्यांच्यामध्ये गुरुप्राप्तीची तीव्र आस निर्माण झाली होती.

त्यांनी अनेक ठिकाणी गुरूंचा शोध घेतला. परंतु त्यांचे सारे प्रयत्न व्यर्थ ठरले. कारण तुकारामांसारख्या अलौकिक शिष्याला मार्गदर्शन करण्याची क्षमता असणारे सदेह गुरू त्या वेळी उपलब्ध नव्हते. यावरूनच आपल्याला भक्त तुकारामांच्या क्षमतेविषयी कल्पना येऊ शकते.

गुरुप्राप्तीच्या उद्देशाने ते प्रत्येक विद्वान पंडितांनाही भेटायचे. परंतु त्यांना 'अहंकाररहित गुरू' भेटत नव्हते. कारण ज्ञान मिळाल्यानंतर लगेच लोकांचा अहंकार वाढू लागतो. साहजिकच ते स्वतःला इतरांपेक्षा श्रेष्ठ समजू लागतात, हे तुकारामांनी अनेक ठिकाणी पाहिले होते. वेदांचे अध्ययन केल्यानंतर स्वतःला 'गुरू' समजणारे अनेक पंडित एकमेकांशी वाद घालण्यातच धन्यता मानत असत. 'मी शास्त्रांचे अध्ययन केले आहे, वेदांविषयी माझ्याइतके ज्ञान कुणालाही नाही,' असा दावा करणारे विद्वान 'माझेच म्हणणे योग्य आहे,' या भ्रमातच अडकले होते. तसेच, मुखातून कीर्तन आणि हरिगुण गाणारे अनेक लोक स्वतःला 'गुरू' म्हणवून घेत होते. परंतु, त्यांची 'वाणी' आणि 'कृती' यांमध्ये जमीन-अस्मानाचा फरक तुकारामांना दिसला. कारण, असे कपटी आणि पाखंडी लोक वृत्तींमध्ये म्हणजेच चुकीच्या सवयी आणि विकारांच्या जाळ्यात अडकले होते. केवळ ज्ञानाच्या गोष्टी सांगून आपल्या संवादकलेने लोकांना प्रभावित करून, त्यांचा गैरफायदा घेत होते. अशा तथाकथित गुरूंना पाहून तुकाराम खूपच दुःखी झाले. आपल्या एका अभंगात[१] त्यांनी त्या काळातील अध्यात्म

---

१ ज्ञानियांचे घरी चोजविता देव । तेथे अहंभाव पाठी लागो ।।१।। म्हणोनिया ऐसे सांडिले उपाय । धरियेले पाय दृढ तुझे ।।धृ।। वेदपारायण पंडित वाचक । न मिळती एक एकांमधी ।।२।। पाहो गेलो भाव ऐसी आत्मनिष्ठा। तेथे देखे चेष्टा विपरीत ।।३।। आपुलिया नाही निवाले जे अंगे । योगी करिती रागे गुरूगुरू ।।४।। तुका म्हणे मज कोणाचा पांगिला । नको बा विठ्ठला करू आता ।।५।।

क्षेत्रात पसरलेल्या भ्रष्टाचाराचे सविस्तर वर्णन केले आहे. ज्यात ते शेवटी म्हणतात, 'हे पांडुरंगा, प्रवृत्तींमधून मुक्त झालेला आणि सत्य प्राप्त करणारा असा महात्मा मला गुरूंच्या रूपात कुठेही मिळाला नाही. म्हणून, मी पूर्ण रूपाने आता तुलाच शरण आलो आहे.'

स्वप्नात गुरुदर्शन

अनेक सिद्धपुरुष असे होते, ज्यांना देहरूपी गुरू लाभले नव्हते; तरीही त्यांना आत्मसाक्षात्कार प्राप्त झाला. जसे, गुरू नानक, रमण महर्षी किंवा गौतम बुद्ध यांच्या जीवनात कोणतेही गुरू आले नाहीत. त्यांना कोणत्याही गुरूंचे सान्निध्य, सहवास मिळाला नाही. तरीही त्यांना अंतिम सत्य प्राप्त झाले. जगात सर्वप्रथम ज्या मनुष्याला स्वबोध प्राप्त झाला, त्याचा गुरू कोण असेल? स्वत: चैतन्यच असणार ना? वास्तविक चैतन्यच खरा गुरू आहे. परंतु बहुसंख्य संतांच्या जीवनात गुरूंची आवश्यकता भासत होती. संत ज्ञानेश्वर, संत एकनाथ, संत कबीर, संत मीरा आणि संत नामदेव यांसारख्या अनेकांच्या जीवनात गुरूंचे स्थान महत्त्वपूर्ण होते. या सर्वांच्या जीवनात गुरू शरीररूपात प्रकट झाले. भक्त तुकारामांच्या जीवनातही गुरूंचे आगमन झाले होते, मात्र एका संकेताच्या रूपाने!

आजवर ज्यांना गुरू मिळाले, ज्यांच्या माध्यमातून त्यांना ज्ञानप्राप्ती झाली, त्यांचे वेगवेगळे चार प्रकार समोर येतात.

१. पहिल्या प्रकारात ९० टक्क्यांपेक्षा अधिक लोकांमध्ये, एखाद्या शरीराद्वारे त्यांना ज्ञानप्राप्ती झाली. जिथे एखादे शरीर त्यांच्यासाठी निमित्त बनते, गुरूंची भूमिका बजावते. कारण गुरूंना प्रश्न विचारता येतात. गुरूंवर श्रद्धा, भक्ती जागृत झाली, तर ज्ञान मिळणे सहज, सरळ आणि सोपे होते. जे लोक गुरूंच्या संपर्कात आले, त्यांना ज्ञान मिळाले. त्यांच्यात सत्याची तृष्णा इतकी तीव्र होती, की गुरूंकडून ज्ञान मिळताच, त्यांना आत्मसाक्षात्कार प्राप्त होतो. जशी त्यांची सत्याची तृष्णा असते, तशी घटना त्यांच्या जीवनात घडते.

२. दुसऱ्या प्रकारात काही देह (संत) असे होते, जे कोणत्याही देहधारी गुरूच्या संपर्कात आले नाहीत. त्यांना सरळ सेल्फकडून (परमचैतन्याकडून) ज्ञान मिळाले. अशा प्रकारेही ज्ञान मिळू शकते. जिथे वाईट सवयी, प्रवृत्ती यांपासून शरीर मुक्त आहे, निर्मळ आहे, जिथे सेल्फद्वारे ज्ञान घेण्याची तयारी आहे, अशांच्या बाबतीत हे शक्य आहे. सेल्फ खूपच सहजपणे वार्तालाप करू शकतो. कारण सेल्फ म्हणा वा गुरू, ते आपल्या अंतर्यामीच आहेत. सेल्फ आतूनच संवाद साधू इच्छितो. परंतु, ज्या शरीरामध्ये वाईट सवयी, कुसंस्कार, वाईट प्रवृत्ती भरलेल्या असतात, त्यांच्यामध्ये सेल्फ इतका जखडून गेलेला असतो, की तो संवादच साधू शकत नाही. एखाद्याच्या

तोंडाला पट्टी बांधलेली असेल, तर 'तो' बोलणार तरी कसा? जोपर्यंत सत्यशोधक पट्टी काढत नाही, अर्थात प्रवृत्तींमधून मुक्त होत नाही, तोपर्यंत सेल्फ आतून संवाद साधू शकत नाही. तो शांत बसून प्रेमाने वाट पाहत राहतो, की केव्हा ती पट्टी निघेल आणि कधी मी संवाद साधू शकेन!

काही देह असे होते, जिथे गुरूविना ज्ञान, अनुभव प्राप्त झाला. जसे, गुरू नानकांच्या जीवनात घडले. त्यांना कोणत्याही शरीराद्वारे ज्ञान मिळाले नाही. भगवान बुद्धांना जेव्हा अंतिम अवस्था प्राप्त झाली, तेव्हा शरीर रूपात कोणीही गुरू उपलब्ध नव्हते. सर्वप्रथम त्यांना जे गुरू भेटले, त्या सर्वांनी सांगितले, 'आम्ही इथंवरच मार्गदर्शन करू शकतो, यापुढील मार्ग आम्ही दाखवू शकणार नाही.' कारण ते गुरू प्रामाणिक होते. ते बुद्धांना म्हणाले, 'तुम्ही अलौकिक शिष्य आहात. इतरांना जे शिकायला ३०-४० वर्षे लागतात, ते तुम्ही अत्यल्प काळात शिकला आहात. आता यापुढील मार्गक्रमणासाठी अन्य कोणाचा तरी शोध घ्या.' शेवटी, त्यांना आतूनच मार्गदर्शन मिळून साक्षात्कार झाला. जगात किती तरी अशी शरीरे आहेत, जिथे सेल्फच गुरू बनला.

३. तिसऱ्या प्रकारात, पुस्तकच गुरू बनले. जसे, बायबल, कुरआन, गुरुग्रंथसाहिब यांना गुरू मानले गेले. स्वामी शिवदयाल महाराजांनी गुरुग्रंथसाहिबद्वारे प्रेरणा घेऊन सुरुवात केली. कारण शिखांच्या दहाव्या गुरूंनी सांगितले होते, 'यापुढे कोणीही गुरू बनणार नाही. आता हे पुस्तकच आमचा गुरू.' अशा अनेक देहांसाठी पुस्तकांनीच गुरूंची भूमिका बजावली. पुस्तकांचे अध्ययन करून सत्यप्रेमींनी ज्ञान प्राप्त केले.

४. चौथ्या प्रकारात काही वेगळेच लोक आहेत. जसे, रमण महर्षी. ज्या पर्वतावर ते राहत, त्या अरुणाचल पर्वतालाच त्यांनी गुरू मानले होते. त्यांना जर कोणी विचारले, 'तुमचा गुरू कोण?' त्यावर ते म्हणत, 'हा अरुणाचल पर्वतच माझा गुरू आहे.' आत्मबोधानंतर त्यांनी आपले संपूर्ण जीवन अरुणाचल पर्वतावर व्यतीत केले.

संत तुकारामांना स्वप्नात गुरू भेटले आणि त्यांना दीक्षाही दिली. स्वप्नातही मार्गदर्शन मिळते. अशा वेळी वेगवेगळी चित्रे आणि प्रतीकांच्या रूपांत मार्गदर्शन लाभते. एका बाजूला त्यांच्या जीवनामध्ये अनेक घटना घडत होत्या आणि दुसऱ्या बाजूला त्यांना स्वप्नात मार्गदर्शनही मिळत होते. परंतु अशा प्रकारच्या घटनांमागे दडलेल्या संदेशांचा अर्थ सर्वांनाच समजतो असे नाही. संत तुकारामांच्या जीवनात गुरूंनी वेगळ्या प्रकारे पदार्पण केले. स्वप्नामध्ये त्यांना गुरूंचा साक्षात्कार झाला. गुरूंनी त्यांना आशीर्वाद दिला, त्यांच्या डोक्यावर हात ठेवला. मात्र, त्यानंतर ते गुरूंना कधीही भेटले नाहीत. गुरूंनी त्यांना दीक्षा

दिली, मंत्र दिला आणि सांगितले, 'राम कृष्ण हरी', हा तुमचा मंत्र आहे. खरेतर, तुकाराम महाराज पहिल्यापासूनच 'राम कृष्ण हरी' म्हणत असत. त्यांना हे म्हणायला खूप आवडत असे आणि मंत्रही त्यांना तोच मिळाला. जेव्हा गुरूंकडून शिष्याला एखादा मंत्र मिळतो, तेव्हा त्याचे महत्त्व आणखी वाढते. कारण तो गुरूच्या आज्ञेतून येतो. त्यानंतर, त्यांनी गुरूंकडून मिळालेल्या आज्ञेनुसारच कार्य करायचे, असा दृढ निश्चय केला. अशा प्रकारे, तुकाराम महाराजांना त्यांची गीता प्राप्त झाली.

संत तुकारामांना स्वप्नामध्ये[२] गुरूंनी त्यांचे नाव सांगितले, 'बाबाजीचैतन्य'. ते राघवचैतन्य, केशवचैतन्य या परंपरेतील आहेत हेदेखील त्यांनी तुकारामांना सांगितले. त्यांनी आपला परिचय दिला आणि तुकारामांनी दीक्षा घेतली. त्यानंतर बाबाजींनी त्यांना पावशेर तूप घेऊन येण्यास सांगितले. परंतु, त्याच वेळी तुकारामांची स्वप्नावस्था भंग पावली. गुरूंनी आपल्याला तूप आणायला सांगितले आणि आपण ते आणून देऊ शकलो नाही, त्यांची सेवा करता आली नाही, याचे दुःख, अशी चुटपुट तुकाराम महाराजांना लागून राहिली.

त्यांनी गुरूंच्या आदेशाचे पालन केले. आधीपासूनच ते वेगवेगळ्या ग्रंथांचे पठण, अध्ययन करत होते. कधी ते पांडुरंग म्हणत, तर कधी विठ्ठल. कधी ते राम कृष्ण हरी असेही म्हणत असत. शेवटी गुरूंकडून त्यांना 'राम कृष्ण हरी' मंत्राचा जप करण्याची आज्ञा मिळाली. खरेतर, ही घटना स्वप्नात घडली होती. परंतु, तरीदेखील गुरूची आज्ञा शिरोधार्य मानून ते त्याच नामाचा जप करत राहिले. गुरू आज्ञेचे पालन केल्यानंतर त्यांना जी प्रचिती आली, ती अतिशय आनंददायक होती.

मनन प्रश्न

'जीवनात गुरू असणे अनिवार्य आहे,' या विधानावर मनन करा.

कार्ययोजना

आपण ज्यांना गुरू मानतो, त्यांची शिकवण प्रत्यक्ष आचरणात आणा. जसे, निःस्वार्थ जीवन जगण्याची कला, योग्य प्रश्न विचारण्याची सवय, वासनेपेक्षा उपासनेला महत्त्व देणे इत्यादी.

❑❑❑

---

२ सत्य गुरूराये कृपा मज केली । परि नाही घडली सेवा काही ॥१॥ सापडविले वाटे जाता गंगास्नाना । मस्तकी तो जाणा ठेविला करू । भोजना मागती तुप पावशेर । पडिला विसर स्वप्नामाजी ॥२॥ काही कळे उपजला अंतराय । म्हणोनिया काय त्वरा जाली ॥३॥ राघवचैतन्य केशवचैतन्य। सांगितली खूण माळिकेची ॥४॥ बाबाजी आपुले सांगितले नामे । मंत्र दिला रामकृष्णहरि ॥५॥ माहो शुद्ध दशमी पाहूनी गुरूवार । केला अंगीकार तुका म्हणे ॥६॥

खंड

५

संतांमधील संत 'संत तुकाराम'

अध्याय

१८

संत बनण्याचे पहिले पाऊल

तुकारामांचा प्रामाणिकपणा

'सेल्फ' (ईश्वर) मनुष्याच्या शरीराशी एकरूप होऊन आपली सर्वोच्च शक्यता व्यक्त करू इच्छित असतो. प्रेम, आनंद, मौन, साहस, प्रशंसा आणि रचनात्मकता हे सेल्फचे प्रमुख गुण आहेत. ज्या मनुष्याचे शरीर सेल्फच्या अभिव्यक्तीसाठी तयार असते, त्या शरीराच्या माध्यमातून सेल्फ सर्वोच्च अभिव्यक्ती करत असते. परंतु, हेच शरीर जर चुकीच्या संस्कारांमध्ये आणि विकारांनी पीडित असेल, तर त्यातून केवळ अहंकार अभिव्यक्त होतो. एका भक्तासाठी सेल्फची अभिव्यक्ती महत्त्वाची असते. व्यक्तीच्या (अहंकाराच्या) अभिव्यक्तीला त्याच्या लेखी काहीही किंमत नसते.

सेल्फ आणि शरीर यांमध्ये सर्वात मोठा अडथळा ठरतो तो म्हणजे अहंकार. हा एक असा विकार आहे, ज्यामुळे मनुष्य सर्वोच्च ज्ञान आणि अभिव्यक्तीपासून वंचित राहतो.

याच अहंकारावर संघर्ष न करता भक्ताने प्रेमाने विजय प्राप्त करायला हवा. भक्त जेव्हा जीवनात भक्तीला प्राधान्य देईल, तेव्हाच त्याला अहंकारावर मात करता येईल. यासाठी भक्ताने त्याचा अहंकार प्रेमाने शांत करणे फार गरजेचे आहे. पण, गंमत अशी की, हा अहंकार सहजासहजी शांत होत नाही. उलट जितके त्याला शांत करायचा प्रयत्न कराल तितका तो वर उफाळून येतो. पण, मनाला जर त्यामागची शुद्ध भावना समजली, तर मनच प्रेमापोटी आपला अहंकार शांत करायचा प्रयत्न करेल. परिणामी, अहंकार समर्पित होऊ शकेल.

एखादी व्यक्ती तुमच्यावर निखळ, निःस्वार्थ प्रेम करत असेल आणि तुम्हांला हे माहीत नसेल, तर तुम्ही त्या व्यक्तीच्या प्रेमाला योग्य तो प्रतिसाद देणार नाही. पण, जेव्हा तुम्हांला समजते की, अमुक व्यक्ती तुमच्यावर निःस्वार्थ प्रेम करत आहे, अशा

वेळी तुम्ही त्या व्यक्तीचा आदर कराल, योग्य तो प्रतिसाद द्याल. अगदी अशाच प्रकारे, सेल्फद्वारे मिळणारे निरपेक्ष प्रेम, आनंद आणि स्वानुभव यांची जाणीव होताच तुमचा अहंकार सहजगत्या समर्पित होऊं शकेल. मात्र, असे होण्यासाठी शरीराच्या वेगवेगळ्या अवस्थांची माहिती असणे आवश्यक ठरते. चला तर, आता आपण शरीराच्या भिन्न अवस्था जाणू या.

तम, रज आणि सत्त्व या शरीराच्या प्रमुख तीन अवस्था आहेत. आपले शरीर या तिन्ही अवस्थांपैकी एका अवस्थेत राहते. पण, या तीन अवस्थांपलीकडे गुणातीत अवस्थादेखील असते. एखाद्या परिस्थितीत आपल्या शरीराची जी अवस्था असते, त्यामध्ये सेल्फ बांधलेला असतो. म्हणून आपल्या शरीराला त्या अवस्थेतून बाहेर आणून गुणातीत अवस्थेत स्थापित व्हायचे आहे. त्यासाठी आपण शरीराच्या तिन्ही अवस्थांविषयी सविस्तर जाणून घेऊ या.

१. शरीराची तमोगुणी अवस्था

तमोगुणी शरीराचे सूत्र : 'आजचे काम उद्या कर, उद्याचे काम परवा.'

तमोगुणी शरीरात सेल्फ हातात बेड्या घातल्याप्रमाणे असहाय असतो. या अवस्थेत शरीरात आळस जास्त असतो. शरीराला जास्तीत जास्त आराम मिळावा, असे वाटते. अशा शरीरात नेहमी कामे पुढे ढकलण्याची अथवा टाळण्याची इच्छा असते. या अवस्थेतील शरीराला कष्ट अजिबात नको असतात. त्यामुळे ते त्यांच्या गुरूंच्या आज्ञेचे पालनदेखील करत नाही. असे शरीर सेल्फला अजिबात सहकार्य करत नाही. परंतु, तमोगुणामध्ये भक्ती जागृत झाली, तर त्याचा सहयोग वाढतो. मात्र, हे सर्व अदृश्य पातळीवर घडत असते. त्यामुळे भक्ती जागृत का होत नाही, हे आपल्याला समजत नाही. थोडीशी भक्ती जागृत झाली, तरी तमोगुणामुळे ती वाढत नाही. कारण अशा शरीराकडून ध्यानसाधना होत नाही. तमोगुणी मनुष्य भक्तीमध्ये काही गोष्टींचाच त्याग करू शकतो. म्हणून त्याने त्याचे शरीर लवचीक बनवणे आवश्यक आहे. त्याने त्याची दिनचर्या बदलायला हवी. शारीरिक जडत्व दूर करण्यासाठी त्याने व्यायाम करणे आवश्यक आहे. छोट्या-छोट्या गोष्टींचा संकल्प करून ते पूर्ण करावेत. शिवाय, स्वत:मध्ये बदल घडवून आणायला हवा. तसेच तमोगुण वाढवणारा आहार वर्ज्य करून योग्य प्रमाणात सात्त्विक आहार घ्यायला हवा.

आपण जर या तमोगुणी अवस्थेत असाल, तर भक्तिमार्गावर सहजगत्या मार्गक्रमण करू शकणार नाही. आपले शरीर भक्ती करणेही उद्यावर ढकलेल. म्हणून या अवस्थेतून बाहेर पडणे आवश्यक ठरते.

२. शरीराची रजोगुणी अवस्था

रजोगुणी शरीराचे सूत्र : 'परवा करायचे कार्य आत्ता कर आणि आजचे कार्य आत्ता कर.'

रजोगुणी शरीरातील सेल्फ एखाद्या दोरीने बांधल्याप्रमाणे असतो. ज्याला अविरत, न

थांबता सतत व्यग्र ठेवून पळवले जाते. रजोगुणी स्वभावाचा माणूस सतत कामात व्यस्त असतो. तो जे काही करत आहे ते का करत आहे... या कामाचा, या जीवनाचा उद्देश काय आहे... अशा बाबींवर तो विचारच करत नाही. खरेतर त्याने थोडे थांबून याबाबत विचार करायला हवा. आजूबाजूला काय चालले आहे, माझ्या अंतर्मनात कोणत्या गोष्टी जात आहेत, हे तो कधीच पाहत नाही. हातातील काम पूर्ण कसे करायचे आणि त्यानंतर कोणते काम हाती घ्यायचे, हेच केवळ सतत त्याच्या डोक्यात असते.

अशा लोकांसाठी 'कर्म हेच पूजा' असते. पण, योग्य कर्म म्हणजे काय, हेच मुळी त्यांना ठाऊक नसते. ते त्यांच्या यंत्रवत धावपळीलाच कर्म मानतात.

यासाठीच स्वअवलोकन करून आपण यांत्रिकपणे तर जीवन जगत नाही ना, हे पाहायला हवे. आपण या अवस्थेत असाल, तर भक्तिमार्गावर योग्य प्रकारे मार्गक्रमण करू शकणार नाही. कारण भक्ती करणे म्हणजे वेळेचा अपव्यय करणे, असे तुम्हांला वाटेल. म्हणून त्वरित या अवस्थेमधून बाहेर पडायचा प्रयत्न करायला हवा.

३. शरीराची सत्त्वगुणी अवस्था

सत्त्वगुणी शरीराचे सूत्र : 'उद्या जे करायचे आहे ते आज कर आणि आज जे करायचे आहे ते आत्ता या क्षणी कर.'

काम आणि आराम यांमध्ये संतुलन कसे साधायचे, हे ज्याला समजते, तो मनुष्य सत्त्वगुणी आहे, असे समजावे. सत्त्वगुणी शरीर हे एका बारीक सुतळीने बांधल्याप्रमाणे असते. अशा शरीरात सेल्फ मुक्त होण्याची शक्यता जास्त असते. सत्त्वगुणी मनुष्य चांगले कर्म करतो, मनोभावे भक्ती करतो. त्यामुळे समाजात त्याला मानसन्मान मिळतो. परंतु, त्यामुळे त्याचा अहंकार वाढण्याची शक्यता बळावते. त्यामुळे सेल्फच्या मुक्तीमध्ये अडथळा निर्माण होऊ शकतो. सेल्फ स्वतःच्याच जाळ्यातून बाहेर यावा म्हणून सत्त्वगुणी मनुष्याला, शरीराद्वारे कोण कार्य करत आहे... कोण बंधनात अडकला आहे... कोण स्वतःच्याच लीलेत गर्क झाला आहे... याविषयी समज प्राप्त होणे अत्यंत आवश्यक असते.

आपण या अवस्थेत असाल, तर आपली पुढील यात्रा इथेच थांबू शकते. कारण आपल्यात अहंकाराचा जन्म होण्याची शक्यता निर्माण होते. म्हणून मनुष्याने वेळीच सावध होण्याची गरज असते.

तुकारामांचा प्रामाणिकपणा

संत तुकाराम जेव्हा कीर्तन करायला बसत तेव्हा ते ऐकण्यासाठी खूप लोक येत असत. हळूहळू इतर गावांमध्येदेखील त्यांचा लौकिक पसरू लागला. लोक त्यांना 'संत', 'सज्जन', 'विठ्ठलभक्त' आणि 'गुरू' इत्यादी नावांनी संबोधू लागले. तुकारामांची आंतरिक शुद्धी

लोकांच्या थेट हृदयाला स्पर्श करत असे. आता त्यांना समाजात मानसन्मान मिळू लागला आणि याच दरम्यान त्यांच्या सत्त्वगुणी शरीरात 'सत्त्वगुणी अहंकार' जागृत झाला. परंतु, तुकाराम महाराजांच्या भक्तीने उत्तुंग शिखर पादाक्रांत केले होते. त्यामुळे त्यांच्यात निर्माण झालेला सत्त्वगुणी अहंकार ते त्वरित ओळखू शकले.

खरेतर संत अवस्था प्रकट होण्याचे पहिले पाऊल असते, स्वत:शी प्रामाणिक असणे. जो साधक स्वत:शी आणि आपल्या गुरूंशी प्रामाणिक राहत नाही, तो सत्याच्या यात्रेत पुढे जाऊ शकत नाही. तुकारामांचा हा गुण सर्व साधकांसाठी मार्गदर्शक ठरू शकतो. ते त्यांच्या एका अभंगात[१] ईश्वराला प्रामाणिकपणे म्हणतात, 'हे परमेश्वरा, मला सगळे लोक संत समजू लागले आहेत. माझा सत्कार, सन्मान आणि गौरव होत आहे. परिणामी, अहंकाराने माझ्यावर वार केला आहे. तो मला माझ्या भक्तीपासून दूर नेण्याचा प्रयत्न करत आहे. केवळ मीच ज्ञानी आहे, ही वृथा अभिमानाची भावना माझ्यात निर्माण होत आहे. तेव्हा हे पंढरीनाथा, या दुष्टचक्रातून मला वाचव. अन्यथा माझे खूप नुकसान होईल.'

अशा प्रकारचा प्रांजळपणा त्यांच्या अनेक अभंगांत[२] आढळतो. ते म्हणतात, 'मी लोकांना खूप मोठमोठे उपदेश करतो. माझ्या वाणीने अनेक लोकांच्या हृदयाचा प्याला भरला जात आहे. पण, मला तर आतून रिक्तताच जाणवत आहे. माझ्या मुखातून निघणारे ज्ञान लोकांना संतुष्टी देते. परंतु, तेच ज्ञान अद्याप माझ्या जीवनात पूर्णपणे उतरलेले नाही. 'खरा कीर्तनकार' तोच असतो जो, इतरांची तृष्णा शमवत असतानाच स्वत:देखील कृपावर्षावात न्हाऊन संतुष्टी प्राप्त करतो. अशा कीर्तनकाराचा दास होण्यास मी एका पायावर तयार आहे. 'तेव्हा हे परमेश्वरा, माझ्यावर दया कर, माझ्यावर कृपा कर.'

'भाजीत मीठच नसेल, तर आपण त्याची लज्जत घेऊ शकाल का? जिलेबीमध्ये साखरच नसेल, तर तिचा काय उपयोग? एखाद्या शरीराचा सुंदर साजशृंगार केला, परंतु त्यात प्राणच नसेल, तर असे शव काय कामाचे? एखादे शरीर खूप सुंदर असेल, परंतु त्यात सद्गुणच नसेल, तर ते व्यर्थ आहे. एखाद्या कुटुंबात मंगलकार्य असेल आणि त्यात कार्याची शोभा वाढवणारी छोटी मुले नसतील, तर त्या मंगलकार्याला काय अर्थ राहील? अगदी तसेच काहीसे माझे झाले आहे. सर्व लोक मला 'संत', 'साधू', 'महाराज' म्हणून संबोधतात. परंतु माझ्यात जर विठ्ठलाबद्दल प्रेमभाव नसेल, तर या 'संत'पदाचा काय उपयोग?

---

१ काय बोलो सांगा । या उपरी पांडुरंगा ।।१ ।। कोडच्या उत्तरी । नका गौरवू वैखरी ।।२।। भक्तिभाग्यसीमा । द्यावा जोडोनीया प्रेमा ।।३ ।। करी विज्ञापना । तुका प्रसादाची दाना ।।४ ।।

२ हीन माझी याती । वरि स्तुति केली संती ।।१ ।। अंगी वसू पाहे गर्व । माझे हरावया सर्व ।। मी एक जाणता । ऐसे वाटतसे चित्ता ।।२ ।। राख राख गेलो वाया । तुका म्हणे पंढरिराया ।।३ ।।

संत तुकारामांचे हे मनन, त्यांची सत्याविषयी आस आणि त्यांचा प्रामाणिकपणाच दर्शवतात.

मनन प्रश्न

१. आज माझी अवस्था कोणती आहे – तमोगुणी, रजोगुणी की सत्त्वगुणी?

२. सत्त्वगुणी मनुष्य अहंकारात कधी गुरफटतो?

कार्ययोजना

आज स्वतःशी प्रामाणिक राहण्याचा प्रयत्न करायचा आहे.

❑❑❑

अध्याय

१९

क्षणोक्षणी विठ्ठलस्मरण
तुझे तुलाच अर्पण

तुम्ही दररोज वेगवेगळ्या स्वभावाच्या लोकांना भेटत असता. त्यापैकी जे लोक आनंदी आणि मनमिळावू असतात, त्यांना भेटल्यानंतर तुम्हांला चांगले वाटते. त्यांना भेटून त्यांच्या आनंदी वृत्तीचा परिणाम तुमच्या जीवनावरदेखील होत असल्याची प्रचिती तुम्हांला येते. म्हणून तुम्ही जेव्हा दुःखी असता, तेव्हा तुम्हांला आनंदी लोकांना भेटावेसे वाटते.

काही लोकांचे सर्व कामकाज अगदी ठरल्याप्रमाणे पूर्ण होत असते. ते मनोरंजनासाठीदेखील भरपूर वेळ देऊ शकतात. त्यांच्या जीवनात कुठलीही समस्या नसते. म्हणजेच त्यांचे जीवन अत्यंत सुरळीतपणे सुरू असते. साहजिकच ते लोक सदैव खूश राहतात.

'कोणत्याही परिस्थितीत आनंदी राहायचेच' असा दृढ संकल्पही काही लोक करतात. त्यामुळे ते नेहमी आनंदी राहतात. असे लोक जीवनाकडे नेहमी सकारात्मक दृष्टिकोणातून पाहतात. जीवनाच्या वैशिष्ट्यावरच त्यांची नजर असते. परंतु, या दोन्ही प्रकारच्या आनंदाव्यतिरिक्त आणखी एक वेगळी आनंदाची अवस्था असते. अशा अवस्थेला 'सर्वोच्च आनंदा'ची अवस्था म्हणता येईल. ही अवस्था मनुष्याला स्वानुभवात स्थापित झाल्यानंतरच प्राप्त होते. हा आनंद थेट मनुष्याच्या हृदयातूनच उपजतो. या आनंदाला कोणत्याही बाह्य कारणांची आवश्यकता नसते. सुख असो वा दुःख, ऊन असो वा सावली, त्याचा या आनंदावर काहीच परिणाम होत नाही. या अंतिम आणि शाश्वत आनंदाचा ओघ निरंतर वाहतच असतो. अशा प्रकारच्या सर्वोच्च आनंदाच्या संपर्कात राहणे म्हणजेच 'भक्तियोग' होय. भक्तियोग म्हणजे ज्या ठिकाणाहून सर्वोच्च आनंदाचा संचार सर्वाधिक होतो, अशा हृदयस्थानाशी (तेजस्थानाशी) आपला संपर्क होणे. म्हणूनच भक्तीला 'कृपा'देखील म्हटले

गेले आहे. संत तुकारामांच्या जीवनात अशीच कृपा झाली. कारण सत्यापासून परावृत्त करणाऱ्या सर्व विकारांना त्यांनी वश केले होते.

विठ्ठलाशिवाय अमृतदेखील विषच

संत तुकारामांच्या भक्तीचे वर्णन करणे म्हणजे सूर्यासमोर मेणबत्ती लावण्यासारखेच आहे. कारण प्रत्येक क्षणी ते विठ्ठलाचे स्मरण करत असत. विठ्ठलाच्या स्मरणाविना व्यतीत केलेला क्षण त्यांना नरकासमान वाटे. एखादा भक्त जेव्हा प्रत्येक क्षणी ईश्वरस्मरणात आनंदी राहतो, तेव्हाच तो 'संत' बनतो. कारण आता तो सत्याच्या परमोच्च अवस्थेत स्थापित झालेला असतो. 'तुझे तुलाच अर्पण' असा समर्पण भाव त्यांच्यात असतो. ईश्वरच प्रत्येक क्रिया करत आहे, असा अनुभव त्यांना क्षणोक्षणी येत असतो. विठ्ठलाच्या नामाशिवाय जगणे म्हणजे तुकारामांना अमृतदेखील विषासमान भासत होते. म्हणून ते ईश्वराला विचारत, 'हे ईश्वरा, तुझी इच्छा काय आहे,' ते सांग. अशा प्रकारे तुकारामांनी आपले सर्व विकार काबूत ठेवले. कारण त्यांच्यासाठी विठ्ठलाची इच्छाच सर्वाधिक महत्त्वाची होती.

हे विठ्ठला, तुझी इच्छा काय आहे?

'खुदा को कर बुलंद इतना कि तक़दीर लिखवाने से पहले,
खुदी तू खुदा से पूछे, बता तेरी रज़ा क्या है?'

वास्तवात वरील वाक्य असे आहे, 'ख़ुदी को कर बुलंद इतना कि हर तक़दीर लिखने से पहले ख़ुदा बंदे से ख़ुद पूछे, बता तेरी रज़ा क्या है?'

हा प्रसिद्ध शेर व्यक्तीच्या (नकली 'मी'च्या) दृष्टिकोणातून लिहिला आहे. ज्यात साहस, सक्रियता, संकल्पशक्ती, संघर्षशक्ती यांसारखे मानवी गुण प्रखर करण्याविषयी सांगितले आहे. कारण या गुणांद्वारे मनुष्य स्वतःला जे हवे आहे ते मिळवू शकेल आणि मग ईश्वराला त्याची प्रत्येक इच्छा पूर्ण करावी लागेल. परंतु, हे वाक्य सामान्य माणसाच्या दृष्टिकोणातून न पाहता, संत तुकाराम महाराजांच्या दृष्टिकोणातून पाहायला हवे. त्यानंतर आपल्या असे लक्षात येईल की, ही भक्ताची ईश्वराप्रति असलेली समर्पणाची भावना दर्शवते. कारण ईश्वराची इच्छाच भक्ताची इच्छा असते. म्हणून वरील वाक्यांमध्ये काही शब्द बदलून नवीन वाक्य तयार केले आहे.

आपण जर या नवीन विचारावर सखोल मनन केले, तर खऱ्या भक्तीचे रहस्य आपल्यासमोर प्रकट होईल. वरील विधानात 'स्वतः' आणि 'परमेश्वर' हे दोन शब्द आले आहेत. यामध्ये पहिल्या शब्दाचा अर्थ आहे व्यक्ती (खोटा 'मी' म्हणजे अहंकार) आणि दुसऱ्या वाक्याचा अर्थ आहे 'परमेश्वर' (सेल्फ, स्वानुभव). शरीरात विराजमान असलेला परमेश्वर जेव्हा स्वतःलाच व्यक्ती, खोटा 'मी' म्हणजेच शरीराला 'मी' समजून जगू लागतो,

विचार करतो, तेव्हा खरेतर तो स्वत:साठी नरक म्हणजेच सुख-दु:खाचे चक्र तयार करतो. परंतु, हृदयापासून निघालेली प्रार्थना आणि सत्याची तृष्णा यांमुळे त्याच्या जीवनात एक असे वळण येते, ज्यायोगे तो भक्तिमार्गावर वाटचाल करू लागतो. अंतिमत: तो भक्तीचे रहस्य जाणण्यासाठी पात्र बनतो.

'ईश्वराला तू इतके महान कर...' हे वाक्य ऐकून आपल्याला असा प्रश्न पडेल, की ईश्वर महान नाही का? ईश्वर तर आधीच श्रेष्ठ आहे, महान आहे. त्याच्या श्रेष्ठतेमुळेच हा संसार बनला आहे. ईश्वर सर्जनशीलतेच्या, सृजनाच्या सर्वश्रेष्ठ पातळीवर पोहोचला आणि ब्रह्मांडाची निर्मिती झाली. म्हणून जो मुळातच इतका महान आहे, त्याला आणखी महान बनवण्याची काय आवश्यकता आहे? पण, या वाक्याच्या माध्यमातून मनुष्याला सांगितले जात आहे, 'तुमच्या अंतर्यामी असलेल्या परमेश्वराला इतके महान करा, की तुमच्या अंतर्यामी जे राजसिंहासन आहे त्यावर त्याला विराजमान करून त्याच्यासमोर समर्पित व्हा!' ही बाब समजवण्यासाठीच आपल्या पूर्वजांनी गणेशोत्सव, नवरात्री यांसारख्या उत्सवांची निर्मिती केली.

ईश्वराचे स्मरण मनात सतत राहावे म्हणून वारकरी संप्रदायातील लोक 'पंढरपूरची वारी' करतात; जेणेकरून वारीमध्ये पायी चालत असताना त्यांच्यात करुणा, वैराग्य आणि समर्पण भाव जागृत व्हावा. त्याचप्रमाणे काही लोक घरात दहा दिवस गणपती बसवतात. यामागचा त्यांचा उद्देश हा असतो की, किमान काही दिवस तरी ईश्वराला हृदयरूपी सिंहासनावर विराजमान करावे, त्याचे सतत स्मरण ठेवावे. त्याच्यासमोर नतमस्तक होऊन अहंकार समर्पित करावा. अशा प्रकारे एकदा अहंकार झुकण्याचा आनंद मिळताच वारंवार ते झुकण्यासाठी तयार होतात. परंतु ही समज नाहीशी झाल्याने कित्येक लोक केवळ कर्मकांडातच अडकून राहतात. मात्र, हे कर्मकांड केवळ प्रतीके आहेत. खरेतर आपल्याला समर्पित व्हायचे आहे, हेच त्यांना ठाऊक नसते. किंबहुना कित्येक लोकांचे लक्ष केवळ याच गोष्टीवर केंद्रित असते, 'माझी पूजा चांगली होत आहे की नाही... ईश्वर नाराज तर होणार नाही ना... माझ्याकडून काही चूक तर होत नाही ना...'

सत्याच्या मार्गावर वाटचाल न करण्यासाठी मनुष्य कित्येक वेळा अनेक तार्किक कारणे सांगतो. 'आता कुठे मला थोडाथोडा भक्तिमार्ग कळायला लागला आहे... मला इतकी कामं असतात, मग हे कसे शक्य आहे...' पण लक्षात घ्या, तुकारामांच्या जीवनात तर एकामागोमाग एक समस्यांचा ओघ येत होता. सत्य मार्गावरून दूर जाण्यासाठी ते कितीतरी कारणे देऊ शकले असते. परंतु त्यांनी समस्यांना निमित्त बनवून सत्यप्राप्तीचे उद्दिष्ट पूर्ण करून परमानंद प्राप्त केला.

संत तुकाराम विठ्ठलाला त्यांच्या प्रार्थनेतून म्हणत, 'हे विठ्ठला, माझ्या डोळ्यांना

तुमचे दर्शन होत नसेल, तर मला अंध व्हायला जास्त आवडेल.' खरेच! ते भक्तियुक्त आणि तन्मयतेने प्रार्थना करत, 'हे ईश्वरा, तुझी आठवण येताच मी स्वानुभवावर परतावे. हे ईश्वरा, तुझे नाव माझ्या ओठांवर येताच माझ्या डोळ्यांतून अश्रू यावेत.'

अशा वेळी मनुष्य जी प्रार्थना करत असतो, ती केवळ भावनेच्या भरात करत असतो, की खरोखरच त्याला अगदी तेच हवे आहे, हे निसर्ग पाहत असतो. मनुष्य जर सातत्याने, न विसरता प्रार्थना करत राहिला, तर त्याच्या प्रार्थनेमध्ये बळ निर्माण होते.

प्रार्थनेमध्ये मनुष्य परमेश्वराशी संवाद साधतो आणि त्याला विचारतो, 'हे ईश्वरा, तुझी इच्छा काय आहे? आता तुझी इच्छा तीच माझी इच्छा.' संत तुकाराम नेहमी विठ्ठलाला विचारायचे, 'विठ्ठला, तुझी इच्छा काय आहे?' विठ्ठलाच्या भेटीसाठी त्यांची खूप तगमग व्हायची. एका अभंगात ते म्हणतात, 'विठ्ठल मला भेटणार नसेल तर मग मरण येणेच चांगले.'

मनन प्रश्न

मी ईश्वरप्राप्तीच्या इच्छेने व्याकूळ होतो, की एखाद्या विशिष्ट हेतूसाठी भावनेच्या आहारी जाऊन परमेश्वराची प्रार्थना करतो?

कार्ययोजना

सत्यमार्गावर वाटचाल न करण्यासाठी मी कोणकोणती तर्कशुद्ध कारणे देतो, याची यादी तयार करा. उदाहरणार्थ, मला अजिबात वेळ नाही, खूप काम आहे, वयाच्या पन्नाशीनंतर मी या मार्गावर वाटचाल करायचा प्रयत्न करेन, इत्यादी.

❑❑❑

अध्याय
२०

फ्री, रिस्क फ्री राहा
कुसंगतीपासून दूर राहा

मनुष्य जेव्हा त्याच्यातील सरळपणा सोडून लोभ-लालसेला बळी पडतो, तेव्हा तो धूर्ततेने कपट करू लागतो. त्यानंतर तो दुटप्पीपणाने वागू लागतो. त्याचे दाखवायचे दात वेगळे आणि खायचे दात वेगळेच असतात. अशाने त्याची अखंडता भंग पावते आणि तो पाखंडी बनतो. मग, असे खंडित जीवन सावरण्यासाठी त्याला भरपूर संघर्ष करावा लागतो. परिणामी, त्याला सदैव मानसिक आणि शारीरिक तणावाला तोंड द्यावे लागते.

मग अशा प्रकारचे दुटप्पी जीवनच त्याला आवडू लागते. परंतु, अल्पावधीतच त्याचे पितळ उघडे पडते. त्यानंतर तो अपयशाच्या खोल दरीत कोसळतो आणि अपराधी बनतो.

दुटप्पी जीवन जगणारा मनुष्य मोहमायेत फसून स्वत:चे नुकसान तर करतोच; शिवाय, नकळत इतरांनाही कपट करण्यासाठी प्रोत्साहन देतो. असा मनुष्य आपल्या आजूबाजूच्या लोकांना आरोपीच्या दलदलीत टाकतो. परंतु दुसरा 'प्रोत्साहन देणारा सूत्रधार' म्हणून काम करतो. जो मनुष्य स्वत:शी कपट करतो, तो स्वत:ला सतत धोक्यात ठेवतो. त्यामुळे त्याचे चारित्र्य कमकुवत बनते. अशा मनुष्याच्या जीवनात सत्यप्राप्तीची शक्यता अधिकाधिक धूसर होते, त्याचे जीवन धोकादायक बनते.

रिस्क म्हणजे अशी जोखीम, जी आपल्याला अंतिम सत्य, निखळ आनंद आणि शांती यांच्यापासून खूप दूर नेते. संत तुकारामांनी असे असंख्य रिस्क फॅक्टर्स सांगितले, ज्यांपासून आपण आपला बचाव करायला हवा. त्यांच्या जीवनात अनेक संकटे आली आणि त्यापासून ते मुक्तदेखील झाले. शेवटी त्यांच्या जीवनात एक अशी अवस्था आली, जेथे सत्यमार्गापासून परावृत्त करणारा कोणताही धोका उरला नाही. या अवस्थेलाच 'फ्री, रिस्क फ्री अवस्था' म्हणजेच 'धोकाविरहित, निर्जोखमी अवस्था' म्हणतात. या अवस्थेत

भक्त मोहमायेच्या सर्व आकर्षणांपासून सहजगत्या दूर राहतो. मोहमायेप्रति उदासीन बनतो. त्यानंतर पद, पैसा, प्रतिष्ठा, नात्यांमधील आसक्ती, अहंकार, विकार, नकारात्मक विचार यांसारख्या गोष्टी त्याला पथभ्रष्ट करू शकत नाहीत.

संत तुकाराम आपल्या एका अभंगात[१] सांगतात, 'लोकांकडून मिळणारा मानसन्मान आणि त्यांची संगत यामुळे माझ्या शरीरात दाह निर्माण होत आहे. लोकांनी दिलेले स्वादिष्ट भोजन मला विषासमान वाटत आहे. ते माझे जे कौतुक करतात, त्यामुळे मी फार अस्वस्थ होत आहे. हे ईश्वरा, तुझ्या प्राप्तीचा मार्ग दाखव. या मोहजालात मला अडकवू नकोस. मला या आगीतून आता बाहेर काढ, माझ्यावर दया कर.'

अध्यात्माच्या मार्गावर चालत असताना, मनुष्य मोहवश अगदी साध्या साध्या गोष्टींमुळे स्वतःला संभ्रमाच्या जाळ्यात अडकवतो. लोभापायी त्याला असत्याचा आसरा घ्यावा लागतो. वास्तविक, अशा वेळी खोटे बोलण्याची अजिबात आवश्यकता नसते. पण, त्याला वाटते, 'थोडेसे खोटे तर बोलले तर काय फरक पडतो?' कित्येक शिष्य आपल्या गुरूंशीदेखील खोटे बोलतात. परिणामी, ते बंधनांमध्ये अडकून पडतात.

वास्तविक, ईश्वराने प्रत्येक मनुष्यासाठी सर्व गोष्टी मुबलक प्रमाणात निर्माण केल्या आहेत. शिवाय, प्रत्येक गोष्ट प्राप्त करण्यासाठीचा उपायदेखील निसर्गाने त्याला बहाल केला आहे. परंतु अज्ञानवश, लोभलालसेमुळे तो विचार करतो, 'जोपर्यंत एखादी गोष्ट मी कुणाकडून हिसकावून घेत नाही, तोपर्यंत मला ती मिळणार नाही.' एखादा चोर चोरी करून वस्तू, पैसे मिळवतो, नेतेमंडळी लोकांमध्ये भांडणे लावून सत्ता मिळवतात आणि सामान्य माणूस खोटे बोलून दुसऱ्याकडून वस्तू हिसकावून घेण्याचा प्रयत्न करतो. एकदा का तो या गोष्टींमध्ये यशस्वी झाला, तर त्याची त्याला सवयच जडते. कालांतराने हीच सवय त्याच्यात खोलवर रुजते. परिणामी, तो विश्वसनीयता गमावून बसतो आणि स्वतःचे चारित्र्य पणाला लावतो.

तात्पर्य, आपले चारित्र्य मजबूत बनवण्यासाठी असत्य आणि लालसा यांपासून नेहमी दूरच राहायला हवे. मोह आणि असत्य यांचा आसरा न घेतादेखील आपण सर्व काही प्राप्त करू शकतो. यासाठी आवश्यकता आहे ती चांगली पुस्तके वाचण्याची, सत्य श्रवणाची आणि सखोल मनन करण्याची. संत तुकारामांच्या जीवन-चरित्रातून कपटमुक्त जीवन कसे जगावे, याचा वस्तुपाठ आपल्याला मिळतो.

---

१ नव्हे सुख मज न लगे हा मान । न राहे हे जन काय करू ।।१ ।। देहउपचारे पोळतसे अंग । विषतुल्य चांग मिष्टान्न हे ।। नाइकवे स्तिति वानिता थोरीव । होतो माझा जीव कासावीस ।।२ ।। तुज पावे ऐसी सांग काही कळा । नको मृगजळा गोवू मज ।।३ ।। तुका म्हणे आता करी माझे हित । काढावे जळत आगीतूनी ।।४ ।।

अज्ञानामुळे माणूस खोटे बोलण्यास प्रवृत्त होतो. मग हळूहळू त्याला खोटे बोलण्याची सवयच लागते. त्यानंतर खोटेपणा त्याच्या जीवनाचा अविभाज्य घटक बनतो. रोजच्या जीवनात आपण कितीतरी वेळा विनाकारण खोटे बोलत असतो, जे अनावश्यक असते; पण आपल्याला ते समजत नाही.

छोट्या-छोट्या गोष्टींसाठी खोटे बोलल्याने मनुष्यामध्ये नकळत चुकीची वृत्ती जोपासली जाते. हळूहळू ही वृत्ती त्याच्यात खोलवर रुजत गेल्याने तो कर्मबंधनात गुरफटत जातो. मग भविष्यात त्याचे दुःखद फळ मिळते. 'कपट करणे' आणि 'खोटे बोलणे' या दोन गोष्टी मनुष्याच्या आध्यात्मिक उन्नतीमध्ये बाधा (रिस्क फॅक्टर्स) बनतात, हे सदैव लक्षात ठेवायला हवे.

आपल्या चारित्र्याचा पाया मजबूत करायचा असेल, तर लालसा, अज्ञान आणि अहंकार यांमुळे आपल्याकडून जे खोटे बोलले जाते ते त्वरित बंद व्हायला हवे. संत तुकाराम महाराजांनी त्यांच्या काही अभंगांच्या[२] माध्यमातून अशा प्रकारच्या 'धोकादायक घटकांमधून' बाहेर पडण्याचे मार्गदर्शन केले आहे. ते म्हणतात, 'कपटी मनुष्य तोंडदेखले गोड बोलतो, इतरांशी चांगला व्यवहार करतो, पण ते अंतःकरणपूर्वक नसून केवळ वरकरणी असते. त्याचे असे वागणे इतरांना समजत असते. मग अशा कपटीपणाची काही गरज आहे का? व्यावहारिक पातळीवर हे वागणे जरी योग्य वाटत असले, तरी वास्तविक ते अयोग्य असते. उदाहरणार्थ, एखाद्याला मारण्याच्या उद्देशाने, त्याला भोजनाचे आमंत्रण देऊन त्याच्या भोजनात विष कालवल्यासारखेच हे होईल.

संत तुकाराम एका अभंगात[३] म्हणतात, 'जो पोटासाठी परमार्थ ध्येय बनवतो आणि त्यातून पैसे कमवण्याची इच्छा बाळगतो, अशा नाटकी लोकांचे तोंडदेखील पाहू नये.' विषयासाठी परमार्थ करणे म्हणजे केवळ एक दिखावा ठरतो. जे लोक केवळ पैशांसाठी भजन, कीर्तन करतात, तो त्यांचा परमार्थ कसा असेल? अशाच प्रकारे, केवळ धनाची अभिलाषा ठेवून भिक्षा मागणे म्हणजे निव्वळ ढोंग होय; हेदेखील व्यर्थ ठरते. हरिकथा सांगणारे कथाकार, भगवान श्रीकृष्णाने गोकुळात कशा प्रकारच्या लीला केल्या हे सांगण्यासाठी आपले संभाषणकौशल्य, चातुर्य, विनोदबुद्धी आणि अभिनय यांचे प्रदर्शन

---

२ तारतिम वरि तोंडाच पुरते । अंतरा हे येते अंतरीचे । ऐसी काय बरी दिसे ठकाठकी । दिसते लौकिकी सत्य ऐसे ।। भोजनात द्यावे विष कालवूनी । मोह चाळवणी मारावया । तुका म्हणे मैंद देखो नेदी कुडे । आदराचे पुढे सोंग दावी ।।

३ पोटाचे ते नट पाहो नये छंद । विषयाचे भेद विषयरूप । अर्थी परमार्थ कैसा घडो शके । चित्त लोभी भीके सोंग वाया ।। देवाचे चरित्र दाखविती लीळा । लाघवाच्या कळा मोहावया । तुका म्हणे चित्ती राहे अभिलाषा। दोघा नरकवास सारिखाचि ।।

करतात. तुकाराम महाराज म्हणतात, 'केवळ धनाची अपेक्षा ठेवून जे कथा सांगतात आणि पैसे देऊन जे ऐकतात, ते दोन्ही नरकात जातात. इथे नरकाचा अर्थ आहे, निम्न चेतना. कारण स्वर्ग आणि नरक म्हणजे कुठलेही स्थान नसून ती आपली आंतरिक अवस्था असते.

काही अभंगांच्या माध्यमातून संत तुकारामांनी अध्यात्माच्या मार्गावर येणाऱ्या अनेक 'रिस्क फॅक्टर्स'चा तपशीलवार खुलासा केला आहे. आपल्या एका रचनेत[४] ते म्हणतात, 'मनुष्याच्या मनात शुद्ध भाव असेल, तरच तो हा जीवनरूपी भवसागर पार करू शकतो. अन्यथा, तो मनुष्य सत्याच्या मार्गापासून दूर जाण्याचीच शक्यता असते. ज्याप्रमाणे पतंग नावाच्या किड्याचे दिव्यावर अत्याधिक प्रेम असते, म्हणून तो मोहवश दिव्याजवळ वेगाने जातो. परंतु तिथेच त्याचा मृत्यू होतो. अशा प्रेमाचा काय उपयोग? सासूच्या मृत्यूने सून विलाप करते, पण तिच्या मनात खरेच तिच्या मृत्यूविषयी दुःख असते का? सासूविषयी प्रेमभाव असतो का? अशा दांभिक प्रेमाला आग लागो. कपटी माणूस वरवर खूप गोड बोलतो. परंतु त्याच्या मनात मात्र द्वेष असतो, फसवणुकीची भावना असते. जसे, वृंदावन नावाचे टरबूजासारखे दिसणारे फळ, बाहेरून अतिशय आकर्षक, पण आतून अत्यंत कडू असते. त्यामुळे ते हातात घ्यायचीदेखील इच्छा होत नाही. आणखी एक उत्तम उदाहरण म्हणजे, बगळा जेव्हा ध्यानाच्या मुद्रेत उभा राहतो, तेव्हा खरेतर तो ध्यान करण्याचे सोंग करत असतो. त्याचे सगळे लक्ष मात्र त्याच्या भक्ष्याकडे अर्थातच पाण्यातल्या मासळीकडे असते. त्या वेळी त्याला माशाची शिकार करायची असते. संत तुकाराम म्हणतात, 'ज्याप्रमाणे एखादा साप गारुड्याच्या पुंगीवर डोलतो त्याप्रमाणे ढोंगी मनुष्यही कथा सांगताना वा ऐकताना डोलत अथवा प्रसन्न राहतो.'

कुसंगत सर्वांत मोठा धोका

'जसा संग तसा रंग' हे वाक्य तर आपण ऐकलेच असेल. तुमची संगत चुकीची असेल, तर तुम्ही मोठ्या संकटात सापडले आहात, असे समजायला हवे. कारण या कुसंगतीचा वाईट परिणाम तुमच्यावर कधीतरी होणारच. मग तुम्ही त्या मोहमायेच्या जंजाळात जळून खाक व्हाल, असे संत तुकाराम महाराज म्हणतात. त्या काळीदेखील अध्यात्म मार्गात भ्रष्टाचार, गैरव्यवहार आणि चुकीच्या सवयी अशा गोष्टी होत असत. म्हणूनच बुवाबाजीपासून स्वतःला वाचवण्याचा सल्ला[५] संत तुकाराम एका अभंगात देतात. 'ढोंगी बुवा हरिकथा ऐकवतो,

---

४ जळो तैसा प्रेम रंग। जाय भुलोनि पतंग। सासुसाठी रडे सून । भाव अंतरीचा भिन्न ।। मैंद मुखीचा कोवळा । भाव अंतरी निराळा । जैसी वृदांवन कांती । उत्तम धरू नये हाती ।। बक ध्यान करी । दावी सोंग मस्त्य मारी। तुका म्हणे सर्प डुले । तैसा कथेमाजी खुले ।।

उपदेश करतो, त्याची देवावर किती भक्ती आणि प्रेम आहे, हे तो सतत दाखवायचा प्रयत्न करतो. पण, प्रत्यक्षात मात्र त्याच्या अंतरंगात पाप करण्याचा मानस असतो, त्यावरच त्याचे प्रेम असते. तो कानामध्ये तुळशीपत्र ठेवेल, दूर्वांची जुडी स्वत:च्या हाताला बांधेल, कपाळावर टिळा लावेल, योगाभ्यास करायचे नाटक करेल, डोक्यावर भली मोठी टोपी घालेल, अनेक प्रकारच्या माळा परिधान करेल, पूजाअर्चा करण्यासाठी वेगवेगळे पूजेचे साहित्य स्वत:जवळ बाळगेल आणि त्यातून स्वत:चा उदरनिर्वाह करेल. असा ढोंगी माणूस परस्त्रीकडे वाईट नजरेने पाहतो, त्याच्या मनात विषयवासना आणि लोभ असतो. त्याच्या मनात अनेक घाणेरडे आणि स्वार्थी विचार असतात. काही ढोंगी बुवा तर कीर्तन करताना खूप रडतात, पडतात. काही तर जमिनीवर लोटांगण घालून त्यांचे ईश्वरावर किती प्रेम आहे, हे सर्वांना दाखवण्याचा प्रयत्न करतात.' पण, संत तुकाराम महाराज म्हणतात, 'अशा कपटी आणि ढोंगी मनुष्यासोबत गोविंद कधीच राहत नाही.'

मनन प्रश्न

माझ्या आयुष्यात मी कुसंगतीत अडकलो आहे का, ज्यामुळे मी दु:खाच्या दरीत खोलवर कोसळू शकतो, परमेश्वरापासून खूप दूर जाऊ शकतो? यावर मनन करा.

कार्ययोजना

माझ्या जीवनात असे कोणते 'रिस्क फॅक्टर्स' आहेत, ज्यामुळे मी सत्यापासून खूप दूर जाऊ शकतो? पुढील सूचीवर मनन करा :

रिस्क फॅक्टर्स

- धनाविषयी मोह बाळगणे
- विषय-वासनेत अडकणे
- कपट करणे, खोटे बोलणे
- तर्काच्या आधारावर सत्याची पडताळणी करणे
- बिरुदे लावण्याची सवय
- श्रेय मिळवण्याची इच्छा
- अत्याधिक महत्त्वाकांक्षा
- लालसा
- कल्पनेत रमणे
- अनुमान लावणे

❑❑❑

५ कथा करोनिया दावी प्रेमकळा । अंतरी जिव्हाळा कुकर्माचा । तुळशी खोवी कानी दर्भ खोवी शेंडी । लटिकी धरी बोंडी नासिकाची ।। टिळे टोपी माळा देवाचे गबाळे । वागवी ओंगळ पोटासाठी । गोसाव्याच्या रूपे हेरी परनारी । तयाचे अंतरी काम लोभ ।। कीर्तनाचे वेळी रहे पडे लोळे । प्रेमेविण डोळे गळताती । तुका म्हणे ऐसे मावेचे मइंद । त्यापाशी गोविंद नाही नाही ।।

अध्याय

२१

भक्तीचा सागर, स्तुतीच्या लहरी
अभंग रहस्य

एक मनुष्य खूप मोठ्या बंगल्यात राहत असतो. पण, एके दिवशी तो अचानक त्याचा बंगला जाळून टाकण्याचा निर्णय घेतो आणि त्यासाठी क्रमबद्ध योजना आखतो. त्यानंतर त्याने त्रिकोणमिती पद्धतीने (ट्रिगनॉमिट्री) रेखाटन करून योजना आखली आणि अखेर योजनेनुसार बंगला जाळायला सुरुवात केली. सर्वप्रथम बंगल्याच्या पुढच्या भागाला आग लावली. मग दुसरा भाग, त्यानंतर तिसरा असे करत त्याने त्याचा संपूर्ण बंगला जाळून टाकला.

त्या मनुष्याने अत्यंत योजनाबद्ध रीतीने घर जाळले, ते पाहून त्याच्या आजूबाजूचे लोक त्या बंगल्याच्या मालकाला भेटायला आले. कारण त्यांनादेखील त्यांची घरे जाळायची होती. आपल्याला वाटेल, 'अरे हे किती मूर्ख लोक आहेत, अशा प्रकारे आपली स्वत:ची घरे कोणी जाळतात का?' पण नाही, ते निश्‍चितच मूर्ख नव्हते. जेव्हा त्या माणसाने पूर्णपणे बंगला जाळला, तेव्हा त्याला घराच्या खाली तेलाच्या खाणी सापडल्या. त्यामुळे तो खूप श्रीमंत झाला. सगळ्यांना वाटले, 'आपले घर जर जाळले तर आपणदेखील खूप श्रीमंत होऊ.' कारण त्यांनाही अधिकाधिक श्रीमंत होण्याची अभिलाषा होती. शिवाय, त्यांना हेही समजले होते की, योजनाबद्ध कृती करून जर बंगला जाळला, तरच आपल्याला तेलाच्या खाणी सापडतील, अन्यथा नाही.

मौनाची खाण

वरील गोष्ट वाचून तुमच्या मनात आता प्रश्‍न निर्माण झाला असेल, की त्या माणसाने आपला एवढा मोठा बंगला का जाळला असावा बरे? एखादे घर जळाले किंवा कुणी ते जाळले,

तर घरमालकाला किती दुःख होईल? परंतु, इथे सांसारिक जगाची नव्हे, तर आपण जे नाही, पण स्वतःला समजत आहोत अर्थात अहंकार आणि आसक्तीयुक्त मोहमायारूपी जग जाळण्याचा इशारा केला जात आहे. माणूस वास्तवात जे तो नाही, ते बनून अहंकार, ईर्ष्या, द्वेष, आसक्ती यांसारख्या वृत्तींनी भरलेले जीवन जगतो. खरेतर तो शरीर नाहीच!

कुणी यावर मनन करायचे ठरवले, तर अशा प्रकारचे जीवन जगून मरायचे आहे का, जेव्हा मी कोण आहे, या पृथ्वीवर का आलो आहे, यासारखे प्रश्न त्याला पडतात तेव्हा त्याचा सत्याचा शोध सुरू होतो. आपल्या प्रश्नांची उत्तरे मिळाल्यावर त्या मनुष्याला सत्य (आत्मसाक्षात्कार) प्राप्त होते, तेव्हा त्याचे आंतरिक विश्व पूर्णपणे बदलून जाते. अर्थात त्याच्यात 'स्व, चैतन्य, परमेश्वर' जागृत होतो. मौनाचा खजिना त्याला मिळतो. त्यानंतर तो परत बंगला बांधत बसत नाही तर अबंगला, 'अभंग' बनवतो.

जसे, संत तुकाराम यांचा बंगला ('मी'पणा) जेव्हा जळाला, तेव्हा त्यांनी कैक अभंगांची निर्मिती केली. मग मायेच्या, सांसारिक सुखाची त्यांना आवश्यकता भासली नाही. कारण त्यांचे ते जगच जळून नष्ट झाले होते.

आत्मस्थिरतेनंतरही तुम्हांला भौतिक जीवन तर दिसेल, पण ते तुमचे नसेल. त्या वेळी, तुम्ही सेल्फमध्ये असता, तेव्हा बाहेरच्या दुनियेत नसता, आणि जेव्हा बाहेरच्या दुनियेत असता तेव्हा सेल्फमध्ये नसता.

वरच्या विधानावर मनन करा आणि स्वतःला विचारा, तुम्ही तुमचे विश्व जाळून 'अभंग जीवन' जगू इच्छिता का? या प्रश्नाचे उत्तर 'हो' असेल, तर संत तुकाराम महाराजांच्या चरित्राद्वारे मौनाचा खजिना स्वतःमध्येच, तुमच्याच बंगल्यात प्राप्त करा.

मौनाचा खजिना म्हणजे मूळ अवस्था! जेव्हा संसार नव्हता, तेव्हा काहीच नव्हते. केवळ एकच गोष्ट अस्तित्वात होती, ती म्हणजे मौन! म्हणजे चैतन्य, परमचैतन्य, साक्षात ईश्वर आणि ऊर्जेचे उत्तम रूप. हीच ऊर्जा नदीच्या रूपात वाहते, सूर्याच्या रूपात उष्णता देते, काळ्या ढगांच्या रूपात पाऊस पाडते. हीच परम ऊर्जा सागराचे विशाल रूप धारण करून असीमतेचे दर्शन घडवते. हीच ऊर्जा जेव्हा कोकिळेच्या कंठातून निघते, तेव्हा ती मधुर गीत बनते. चित्रकाराच्या कलेद्वारे अभिव्यक्त होते तेव्हा अद्‌भुत चित्र बनते... एखाद्या खेळाडूच्या खेळातून प्रकट होते, तेव्हा तो खेळाडू विश्वविक्रम करतो. एखाद्या नर्तकाच्या शरीरातून संचारते तेव्हा ती 'नटराज नृत्य' बनते. हीच ऊर्जा जेव्हा संत तुकाराम महाराजांसारख्या संतांमध्ये प्रकट होते, तेव्हा ती 'अभंगां'च्या रूपात नवी क्रांती घडवून आणते.

आजपर्यंत अनेक संतांनी या 'अंतिम सत्याला' आणि 'ईश्वरीय अनुभवाला' विविध रूपांमध्ये अभिव्यक्त करण्याचा प्रयत्न केला आहे. पण, प्रत्यक्षात पाहिले तर लक्षात येते,

'सत्य, मौन, स्वानुभव' ही एक अशी अवस्था आहे, जिचे वर्णन शब्दांद्वारे करण्याचा केवळ प्रयास केला जाऊ शकतो. शब्दांद्वारे या अवस्थेचा अनुभव करता येत नाही. अन्यथा, सूर्याचे दर्शन करण्यासाठी मेणबत्ती घेऊन जाण्यासारखे होईल. मेणबत्तीच्या प्रकाशात सूर्याचे दर्शन घेण्याची काहीच गरज नाही. हे आपल्याला चांगलेच माहीत आहे. कारण सूर्य हाच प्रकाशाचा स्रोत आहे. वास्तविक, सूर्याच्या उपस्थितीतच आपल्याला सर्व वस्तूंचे दर्शन होते. ही वस्तुस्थिती ठाऊक असूनही संतांनी, शब्दरूपात सत्य सांगण्याचे कठीण कार्य केले. कारण जे ज्ञान त्यांना प्राप्त झाले, ते जगातील सर्व लोकांना मिळावे, हा अव्यक्तिगत सद्हेतू, सेवाभाव त्यामागे होता.

वास्तविक, सत्यात स्थापित झालेला प्रत्येक मनुष्य आपल्या कुवतीनुसार विश्वाशी संवाद साधायचा प्रयत्न करतो. यालाच नि:शब्द संवाद (मौन) असेही म्हणतात. मात्र, सामान्य मनुष्य नि:शब्द संवाद सहजासहजी समजून घेऊ शकत नाही किंवा ऐकूही शकत नाही. हा संवाद ऐकण्यासाठी काही शब्दांची आणि आवाजाची गरज असते. संत तुकाराम महाराजांना जेव्हा सत्यप्राप्ती झाली, तेव्हा त्यांच्या अंतर्यामीदेखील अशाच प्रकारचे मौन प्रकट झाले; जे संत ज्ञानेश्वरांना समाधी अवस्थेत आणि गौतम बुद्धांना बोधी वृक्षाखाली प्राप्त झाले होते. भक्त जेव्हा ही अवस्था प्राप्त करतो, तेव्हा त्याच्यात परमानंदाचा सागर जन्माला येतो आणि त्या असीम सागरात निर्माण होतात, ईश्वरी स्तुतीच्या लहरी!

अभंगाचे रहस्य : अव्यक्त ते अभिव्यक्ती

खरेतर संत तुकाराम हे भक्तीचा एक विशाल सागर आहेत आणि त्यांचे अभंग म्हणजे जणू त्या भक्तिसागरातील तरंग! ज्यामध्ये पांडुरंगाच्या स्तुतीबरोबरच लोकांना जागृत करण्याची प्रेरणादेखील आहे. त्यांनी त्यांच्या काही अभंगांत शब्दांच्या शक्तीचे महत्त्व सांगितले आहे. तसेच काही अभंगांतून 'खऱ्या प्रेमाचे' महत्त्वदेखील विशद केले आहे.

'पैसा हे केवळ माध्यम आहे, साध्य नाही,' असा उपदेश ते त्यांच्या काही अभंगांतून आपल्याला करतात, तर काही अभंगांमधून ते ध्यानाचे महत्त्व पटवून देतात. त्या काळी समाजात जनजागृती करण्याचे काम त्यांनी केले. समाजातील रुढी, प्रथा, धारणा आणि गुरुमार्गात फैलावलेला भ्रष्टाचार अशा गोष्टींवर त्यांनी आपल्या अभंगांतून कठोर प्रहार केले. काही रचनांच्या माध्यमातून अतिशय स्पष्ट आणि परखडपणे त्यांनी आपले विचार मांडले. अत्यंत गंभीर शब्दांत उच्च आध्यात्मिक समज त्यांनी प्रदान केली आहे. बहुतांश अभंग त्यांनी मराठी भाषेतून लिहिले; परंतु काही अभंग हिंदी भाषेतदेखील प्रसिद्ध झाले आहेत. अशा प्रकारे, संत तुकाराम महाराजांनी 'अव्यक्त'ला 'व्यक्त' करण्याचा प्रयत्न केला, जो आजही कित्येक लोकांमध्ये भक्ती अंकुरित करत आहे.

संत तुकारामांचे काही अभंग विशेष अर्थपूर्ण आहेत. त्यांच्या बारा विशेष अभंगांमध्ये त्यांनी 'आत्मसाक्षात्कार' या विषयाचे सार सांगितले आहे. ही अवस्था प्राप्त करण्यासाठी, साधकाने कोणकोणते प्रयत्न करायला हवेत, याशिवाय त्यांचा स्वत:चा अनुभवही पदांच्या माध्यमांतून सांगितला आहे. म्हणून या बाराही अभंगांचे विशेष असे महत्त्व आहे. या अभंगांमध्ये शब्द आणि विचार यांची सुसंगत अशी मांडणी आहे. म्हणूनच या अभंगांना 'साखळीचे अभंग' असे म्हणतात. आध्यात्मिक साधनेत परिपक्वता प्राप्त करण्यासाठी या अभंगांचे निरंतर पठण महाराष्ट्रात अतिशय महत्त्वपूर्ण मानले जाते. उच्च दर्जाची आध्यात्मिक साधना करायची असेल, तर या साखळी अभंगांचा साधकाला खूप उपयोग होतो. म्हणूनच संपूर्ण महाराष्ट्रात या अभंगांचे नित्य पठण फार महत्त्वाचे मानले जाते. यासाठी या अभंगांना 'नित्यपाठाचे अभंग' असेदेखील म्हटले जाते.

अभंगांची वैशिष्ट्ये

तुकारामांच्या अभंगांची अनेक वैशिष्ट्ये आहेत. त्यात कुठलाच ढोंगीपणा आढळून येत नाही. त्यांना साक्षात नामदेव महाराजांनी कविता रचण्याचा दृष्टान्त दिला होता. त्यांच्या अभंगनिर्मितीमागे, श्रीहरी विठ्ठलाची अंतिम प्रेरणा होती. घोर अज्ञानाच्या अंधकारात भटकणाऱ्या समाजाला दिशा देण्याचे उत्कृष्ट काम त्यांच्या अभंगांद्वारे झाले. विठ्ठलाप्रति प्रेम निर्माण करणे हाच संत तुकाराम महाराजांच्या अभंग रचनेमागचा मूळ उद्देश होता. त्यामुळेच त्यांच्या बहुतेक सर्वच अभंगांमध्ये आपल्याला भक्तिरसाचे दर्शन होते. तसेच हे अभंग वाचत असताना, प्रत्येक वेळी भक्त म्हणेल, 'हे तर माझ्या सद्य:स्थितीचे वर्णन आहे.'

ते आपल्या एका अभंगात[१] म्हणतात, 'मन प्रसन्न आणि आनंदी असेल, तर सगळ्या सिद्धी आपोआप उपलब्ध होतात. मग जीवनात आपले लक्ष्य प्राप्त करणे अगदी सहज आणि सुकर होते. प्रसन्न मनाला सगळीकडेच चांगुलपणा दिसून येतो, प्रसन्न मनालाच खऱ्या सौंदर्याची जाण असते.'

जो माणूस जास्त आनंदी असतो, तो सकारात्मक गोष्टी आकर्षित करणारा चुंबक बनतो, ही गोष्ट आज मानसशास्त्रानेही सिद्ध केली आहे. यामुळेच, आपण आपल्या जीवनात प्रेम, आनंद, शांती, समृद्धी, संतुष्टी, समाधान, भक्ती, अभिव्यक्ती आणि मोक्ष या सर्व गोष्टी प्राप्त करू शकतो. आज विज्ञानाने हे सिद्ध केले आहे, की 'विचार हे एक प्रकारे ऊर्जेचे रूप आहे.' तुमच्या डोक्यात जेव्हा नकारात्मक विचार निर्माण होतात, तेव्हा तुम्हांला शक्तिहीन वाटू लागते. या गोष्टीचा तुम्हीदेखील अनुभव घेतला असेल. पण, डोक्यात

---

१ मन करा रे प्रसन्न, सर्व सिद्धींचे साधन

सकारात्मक विचार निर्माण झाले, तर तुम्हांला प्रसन्न वाटू लागते, तुमच्यात उत्साह संचारतो. यामागे तुमच्या मनाची प्रसन्नता तुम्हांला प्रेम, आनंद आणि शांती या गोष्टींचा अनुभव देते. त्यामुळे आनंदाचे तरंग निर्माण होऊ लागतात. मग हेच आनंदयुक्त तरंग तुमच्या जीवनात सर्वोत्तम गोष्टी प्राप्त करून देतात.

अभंग म्हणजे भक्तीची अभिव्यक्ती

संत तुकारामांद्वारे त्यांच्या काही अभंगांतून भक्तीची जी अभिव्यक्ती झाली, तिचा आपण आता लाभ घेऊ या.

विठ्ठल विस्तारला जनी । सप्तही पातले भरूनी ।।
विठ्ठल व्यापक त्रिभुवनी । विठ्ठल मुनी मानसी ।।

वरच्या ओळींमध्ये संत तुकाराम म्हणतात, 'माझे आईवडील, भाऊ-बहीण हे विठ्ठलच आहेत. विठ्ठलच माझा सर्वेसर्वा असताना, कूळ-गोत्र यांचे काय काम? विठ्ठल सोडून आता माझे अन्य कोणीही नाही. तोच माझा सर्वस्व आहे. त्याच्याशिवाय या पूर्ण ब्रह्मांडात माझे अन्य कोणीही नाही. उपासकाची एकांत भक्ती हीच त्याची खरी ओळख आणि सर्वस्व आहे.

अंगीकार ज्यांचा, केला नारायणे । निंद्य तेही तेणे, वंद्य केले ।।
अजामेळ भिल्ली, तारिली कुंटिणी । प्रत्यक्ष पुराणी वंद्य केली ।।
ब्रह्महत्याराशी, पातके अपार । वाल्मीक किंकर, वंद्य केला ।।
तुका म्हणे येथे, भजन प्रमाण । काय थोरपण, जाळावे ते ।।

प्रत्यक्षात नारायणाने ज्यांचा स्वीकार केला, असे निंदनीय लोक, वंदनीय झाले. ईश्वराने अजामेळ, भिल्ल आणि कुंटिणी यांनासुद्धा तारले, साक्षात पुराणांमध्ये वंदनीय, पूजनीय केले. ब्रह्महत्येसारखे भयंकर पाप केलेले वाल्मिकी, किंकरलाही महान बनवले. तुकाराम म्हणतात, 'इथे भक्ती हीच सर्वांसाठी मुख्य गोष्ट आहे, इतर मोठेपणा जरी मिळाला, तरी त्याचे तुम्ही काय करणार?'

वेदपुरुष नारायण । योगियांचे ब्रह्म शून्य ।।
मुक्ता आत्मा परिपूर्ण । तुका म्हणे सगुण भोळ्या आम्हा ।।

तुकाराम महाराज म्हणतात, 'वेदांसाठी जो नारायण पुरुष आहे, योगी लोकांसाठी जो शून्य ब्रह्म आहे, मुक्त आत्म्यांसाठी जो परिपूर्ण आत्मा आहे, तोच आपल्यासारख्या भोळ्या लोकांसाठी एक सगुण साकार नारायण आहे.'

घेउनिया चक्रगदा । हाचि धंदा करीतो ।।
भक्ता राखे पायांपाशी । दुर्जनासी संहारी ।।

'चक्र आणि गदा घेऊन तो भक्ताला आपल्या चरणांपाशी ठेवतो आणि दुर्जनांचा संहार करतो.'

तान्हेल्याची धणी । फिटे गंगा नव्हे उणी ।।
माझे मनोरथ सिद्धी । पाववावे कृपानिधि।।
तू तो उदाराचा राणा । माझी अल्पची वासना ।।
कृपादृष्टी पाहे । तुका म्हणे होई साहे ।।

'गंगेचे पाणी प्यायल्याने तहानलेल्याची तृष्णा भागते, पण त्यामुळे गंगेचे पाणी कमी होते का? अशाच प्रकारे हे कृपानिधी, माझे मनोरथ तू पूर्ण कर. यामुळे तुमचे ऐश्वर्य कमी होणार नाही. तुम्ही तर राजे आहात आणि तुमच्या उदारतेच्या भावनेपुढे माझी इच्छा तर खूपच छोटी आहे.' संत तुकाराम म्हणतात, 'हे ईश्वरा, माझ्याकडे कृपाळू नजरेने पाहा आणि मला या मार्गावरून प्रामाणिकपणे चालण्यासाठी साहाय्य करा.'

हरिजनांची कोणा न घडावी निंदा ।
साहत गोविंदा नाही त्याचे ।।

हरिभक्ताची कोणी निंदा केली, तर ईश्वर ती सहन करणार नाही. भक्तांसाठी परमेश्वर इतका कोमल हृदयी आहे, की एक वेळ त्याला त्याची निंदा झालेली चालेल. पण, भक्ताची निंदा परमेश्वर कधीही खपवून घेणार नाही. भक्ताशी कुणी कपट केले, तर तेदेखील परमेश्वराला सहन होत नाही.

उभारोनि बाहे । विठो पालवीत आहे ।।
दासा मीच साहे । मुखे बोले आपुल्या ।।

दोन्ही हात वर करून, परमेश्वर मोठ्याने म्हणतो, 'माझे जे भक्त आहेत, त्यांचा मीच आधार, साथी आहे.'

अभंगांच्या माध्यमातून मनावर खोलवर प्रहार

मन जेव्हा 'नमन' होऊन, 'स्व'ची (अनुभवामध्ये) भक्ती करू लागते, स्वतःच्या तेजप्रेमात बुडू लागते, तेव्हा ते जगातील, कोणतीही कठीण गोष्ट करण्यासाठी सदैव तत्पर राहते. स्वानुभव प्राप्त करण्याच्या हेतूने, प्रेरित होऊन, आज्ञेचे पालन करण्यासाठी मरण्याची तयारी ठेवते. मनाला जेव्हा स्वसाक्षीबद्दल प्रेम निर्माण होते, तेव्हा ते त्या प्रेमासाठी कुठल्याही प्रकारचा त्याग करण्यास स्वखुशीने तयार होते. आता आपण, संत तुकाराम महाराजांच्या दृष्टिकोणातून मनाविषयी जाणून घेऊ या.

आवरिता मन नावरे दुर्जन । घात करी मन माझे मज ।।
अंतरी संसार भक्ति बाह्यात्कार । म्हणोनि अंतर तुझ्यापायी ।।

तात्पर्य : 'मनाला कितीही थांबवायचा प्रयत्न केला, तरी ते थांबत नाही. माझे मन माझेच नुकसान करते. त्यात संपूर्ण संसार भरला आहे, भक्ती ही वरवरची आहे. म्हणूनच मी स्वत:ला तुमच्या पायाशी समर्पित करतो.'

माझे मज कळो येती अवगुण । काय करू मन अनावर ।।
आता आड उभा राहे नारायणा । दयासिंधूपणा साच करी ।।
वाचा वदे परा करणे कठीण । इंद्रिया आधीन झालो देवा ।।
तुका म्हणे जैसा तैसा तुझा दास । न धरी उदास मायबापा ।।

'मला त्यातील दुर्गुण चांगलेच माहीत आहेत. पण काय करू, मनावर माझे नियंत्रणच राहत नाही, हे नारायणा, आता तूच दयासिंधू आहेस याचे प्रत्यंतर घडव. बोलणे सोपे वाटते, पण प्रत्यक्षात करणे मात्र अवघड आहे. मी इंद्रियांच्या पूर्ण अधीन असलो, तरी मी जसाही आहे, तुझा दास आहे. माझ्या मायबापा, माझ्यावर नाराज होऊ नकोस.'

करूनिया शुद्ध मन । नारायण स्मरावा ।।
तरीच हा तरिजे सिंधु । भवबंधू तोडोनिया ।।
येथे सरे शुद्ध साचे । अंतरीचे बीज ते ।
तुका म्हणे लवण कळी । पडता जळी ते होय ।।

'मनाला राग आणि द्वेषरहित करून नारायणाचे सदैव स्मरण केल्याने भवसागराच्या भावबंधनांतून मुक्त होता येते. अंत:करणातील शुद्ध भाव हेच परमार्थाचे बीज आहे. तुकाराम म्हणतात, पाण्यात मिठाचा खडा टाकला, तर तो जसा चटकन विरघळून जातो, त्याचप्रमाणे नारायणाचे स्मरण करून मनुष्य साक्षात नारायणरूपच होऊन जातो.'

काय करूआता या मना न सांडी विषयाची वासना।
प्रार्थिताही राहे ना। आदरे पतना नेऊ घाली।।
आता धावे धावे गा श्रीहरी। वाया गेलो नाही तरी।
न दिसे कोणी आवरी। आणिक दुजा तयासी।।
न राहे एके ठायी एक घडी। चित्त तडतडा तोडी।
भरले विषय भोवडी। घालू पाहे उडी भवडोही।।
आशा तृष्णा कल्पना पापिणी। घात मांडला माझा याणी।
तुका म्हणे चक्रपाणी। काय आजूनी पाहसी।।

'आता या मनाचे काय करू? मन तर विषयाची वासना काही सोडत नाही. कितीही समजवण्याचा प्रयत्न केला, तरी ऐकत नाही. मन मला अध:पतनाच्या मार्गावरून नेत आहे. तरी हे श्रीहरी, तुम्ही आता लवकर या, नाहीतर माझे काही खरे नाही. तुमच्याशिवाय अन्य कोणी या मनावर नियंत्रण ठेवू शकेल, असे मला वाटत नाही. माझे मन एक क्षणदेखील

एका ठिकाणी राहू शकत नाही. सगळी बंधने तडातड तोडून धावत सुटते. मन विषय आणि वासनेच्या समुद्रात बुडू इच्छिते. आशा, तृष्णा-कल्पना, यांसारख्या पापिणी माझा नाश करू पाहत आहेत. शेवटी तुकाराम म्हणतात, 'हे चक्रधरा, तुला अजून काय पाहायचे आहे?'

मनन प्रश्न

१. 'भटकलेले मन दु:खाचे कारण आहे आणि भक्तीमध्ये रममाण झालेले मन परमेश्वरप्राप्तीचे साधन आहे,' या विधानावर लिखित मनन करा.

२. आजही तुमचे मन वृत्तींमध्ये किती अडकते? यातून बाहेर पडण्याची तुमची इच्छा आहे का?

कार्ययोजना

ज्या भजनामुळे किंवा अभंगामुळे तुमची भक्ती वाढते, असे भजन किंवा अभंग इथे लिहा.

❑❑❑

अध्याय

२२

क्षमेपासून मोक्षापर्यंत
संत तुकारामांचा मुख्य गुण

एके दिवशी संत तुकाराम, एका शेतातून चालले होते. त्या शेतातील झाडांवर खूप पक्षी बसले होते. कुणीतरी चालण्याची चाहूल पक्ष्यांना लागली, आणि सर्व पक्षी तिथून उडून गेले. त्यांच्यामुळेच ते पक्षी उडून गेले, हे तुकारामांच्या लक्षात आले. तेव्हा त्यांच्या संवेदनशील मनामध्ये विचार आला, 'अजूनही माझ्या आत असे काहीतरी आहे, ज्यामुळे काही प्राणिमात्र, जीव माझ्या संपर्कात असुरक्षितपणा अनुभवतात.' ही घटना घडताच लगेच त्यांनी त्या जिवांची क्षमा मागितली आणि ते स्वतःला म्हणाले, 'जोपर्यंत हे पक्षी त्यांच्या जागेवर येत नाहीत, तोपर्यंत मी इथे असाच उभा राहीन' आणि काय आश्चर्य! थोड्याच वेळात सगळे पक्षी आपल्या जागेवर परत येऊन बसले.

संत तुकारामांचा मुख्य गुण होता, क्षमाशील स्वभाव. याच गुणांमुळे क्षमा ते मोक्ष हा प्रवास ते करू शकले. क्षमा म्हणजे आपल्या अंतरंगातील एक तरल, गहन अशी भावना. एखाद्याला आपण 'मला माफ करा' किंवा 'सॉरी' असे म्हणून मनातल्या मनात स्वतःची चूक कबूल करून शांत बसतो, ही योग्य पद्धत नव्हे. शिवाय एखाद्याला तोंडावर केवळ 'चल तुला माफ केले' असे म्हणून मनातला द्वेष, क्रोध तसाच कायम ठेवणे म्हणजेही खऱ्या अर्थाने क्षमा करणे नव्हे.

मंबाजीचा दुष्टपणा आणि तुकारामांची क्षमाशीलता

मंबाजीबुवांचे घर तुकारामांच्या विठ्ठल मंदिराच्या बाजूलाच होते. जेव्हा तुकारामांचे कीर्तन असे तेव्हा मंबाजीबुवा ते ऐकायला आवर्जून जात. परंतु, बुवांच्या मनात तुकारामांविषयी प्रचंड वैरभावना होती. खूप वेळा त्यांनी तुकारामांचा पाणउतारा केला होता. तरीदेखील,

संत तुकारामांच्या मनात त्याच्याप्रति प्रेमाची भावनाच होती. जर कुठल्या कारणाने बुवा कीर्तनाला आले नाही, तर ते त्यांना बोलवायला कुणालातरी पाठवत.

तुकारामांच्या मुलांना प्यायला दूध मिळावे, म्हणून त्यांच्या सासऱ्यांनी त्यांना एक म्हैस दिली होती. एके दिवशी, ती म्हैस फिरता-फिरता चुकून मंबाजीच्या बागेत घुसली आणि तिने काही फुलझाडे खाल्ली. त्यावरून मंबाजी भयंकर संतापले आणि तुकारामांना शिव्या-शाप देऊ लागले, वाटेल ते बोलू लागले. त्याला वाटले, तुकाराम काहीतरी प्रतिकार करतील, म्हणजे त्यांना आपण सडेतोड उत्तरे देऊ. पण, तुकारामांनी कुठलाच प्रतिसाद दिला नाही, तेव्हा मंबाजीने जवळच पडलेली झाडाची फांदी घेऊन त्यांना मारायला सुरुवात केली. मंबाजी देहभान विसरून त्यांना मारू लागले, शिव्या देऊ लागले. पण एवढे होऊनही, संत तुकाराम शांत होते. मग, काही वेळाने मंबाजी शांत झाले आणि त्यांनी तुकारामांना मारायचे थांबवले. पण, रात्री जेव्हा मंबाजी कीर्तनाला आले नाही, तेव्हा स्वतः तुकाराम त्यांच्या घरी गेले आणि त्यांची क्षमा मागू लागले. ते म्हणाले, 'तुम्हांला राग येणे साहजिक आहे, माझ्या म्हशीने तुमच्या झाडांचे नुकसान केले नसते, तर तुम्ही एवढे रागावला नसता. मला खूप वाईट वाटत आहे. कारण माझ्यामुळे तुमच्या हातांना आणि तोंडाला इतके कष्ट घ्यावे लागले.' याला खऱ्या अर्थाने क्षमा करणे असे म्हटले जाते.

'क्षमा वीरस्य भूषणम्' अर्थात क्षमा करू शकणे हे वीर पुरुषाचे लक्षण आहे. समजा, समोरच्या माणसाने एखादी चूक केली आणि त्याला त्या चुकीची शिक्षा न देता चूक होण्यापूर्वी तुम्ही त्याच्याशी जसे वागत होता तसेच आतादेखील वागता. तेव्हा हीच असते क्षमा करण्याची खरी पद्धत!

जगातील प्रत्येक माणूस क्षमेला पात्र आहे. कारण प्रत्येक माणूस चुका करत असतो. याचे कारण त्याला प्रत्येक गोष्टीची पूर्ण माहिती नसते. जसे, राजा दशरथाने चुकीचे अनुमान लावून, श्रावणबाळाची हत्या केली. त्यांनी श्रावणबाळाला हरीण समजून बाण मारला. त्यामुळे, पुत्रवियोगाने दुःखी होऊन त्याच्या आईवडिलांनी स्वतःचे प्राण त्याग केले. सांगण्याचे तात्पर्य इतकेच, की चुका प्रत्येकाकडूनच होत असतात.

कित्येकदा असे होते की, तुम्ही छोट्या गोष्टींसाठी एखाद्याला लगेच क्षमा करता, पण मोठी गोष्ट असेल, तर लवकर क्षमा करू शकत नाही. आतल्या आत तुम्ही कुढत राहता. अशा वेळी योग्य प्रकारे क्षमा कशी करायची, हे तुम्ही शिकले पाहिजे. विचार करा, जर तुम्ही समोरच्या व्यक्तीला क्षमा करू शकत नाही, तर याचाच अर्थ, तुम्ही त्याला अथवा स्वतःला शिक्षा देऊ पाहत आहात. म्हणून आधी हे पाहा, की छोट्या घटनेतून तुम्ही दुसऱ्याला क्षमा करू शकलात का? या प्रश्नाचे उत्तर जर 'नाही' असे आले, तर अद्याप तुमच्या मनात द्वेषभावना आहे, बदल्याची भावना आहे, असा त्याचा अर्थ होतो.

मग याचे फळ काय असेल? तर वेळेचा अपव्यय. आपल्यातील ऊर्जेचा चुकीचा उपयोग. त्याचबरोबर, आपल्यासाठी काही चुकीच्या कर्मबंधनांची निर्मिती. याउलट, आपल्याला वेळेचा सदुपयोग करायचा आहे; कर्मबंधनाच्या जाळ्यात अडकून आपल्या बहुमूल्य वेळेचा दुरुपयोग करायचा नाही. जोपर्यंत तुम्ही समोरच्या व्यक्तीला क्षमा करत नाही, तोपर्यंत तुमच्या मनात अपूर्णतेची भावना प्रबळ राहते. मग चूक तुमची असो किंवा इतरांची. तुम्हांला जर तुमच्यातील अपूर्ण भावना नष्ट करायची असेल, तर क्षमाशीलतेसोबतच पूर्णतेची कला शिकणे अनिवार्य आहे.

क्षमा करणे म्हणजे समोरच्या व्यक्तीला काहीच बोलायचे नाही, असा याचा अर्थ नाही. समोरच्या मनुष्याने परत अशी चूक करू नये, असे वाटत असेल, तर त्याला योग्य गोष्टी वेळेवर सांगणे हिताचे असते. अशा प्रकारे, तुम्ही त्याला योग्य ते प्रशिक्षण देऊन, त्याच्या वागण्यात परिवर्तन घडवून आणण्याचा प्रयत्न नक्की करू शकाल.

समोरच्या माणसाला जर तुम्ही योग्य प्रकारे क्षमा केली, तर तुमच्या मनात असलेल्या तिरस्काराच्या नकारात्मक भावनेतून मुक्त व्हाल. ज्याला आपण क्षमा केली तो मुक्त होईल न होईल, पण क्षमा करून तुम्ही मात्र नक्कीच मुक्त व्हाल. क्षमा करण्याचा हा सगळ्यात मोठा लाभ आहे.

प्रत्यक्षात तुम्ही एखाद्याची माफी मागायला तयार असाल, तर पुढीलप्रमाणे माफी मागायला हवी, 'मी माझे विचार, वाणी आणि भावना या तिन्ही गोष्टींद्वारे तुम्हांला जे काही दुःख दिले, त्यासाठी कृपया मला क्षमा करा. इथून पुढे अशी चूक पुन्हा होणार नाही, याची काळजी मी नक्की घेईन.'

आपले जवळचे जे नातेसंबंध आहेत, किमान त्यांची प्रत्यक्ष माफी मागणे अपेक्षित आहे. समोरासमोर क्षमा मागितली, तर मनातले किल्मिष दूर होते. नात्यात निर्माण झालेले दुःख, क्रोध आणि संशयरूपी ढग दूर होतात. एक मनुष्य माफी मागतो, तेव्हा दुसऱ्यालाही त्याच्या चुकीची जाणीव होते. अहंकारामुळे जो माणूस आपली चूक कबूल करायला मागेपुढे पाहत होता, तोच आता तुम्ही माफी मागितल्याने तुमची माफी मागायला संकोच करत नाही. तुम्ही त्याला माफ केल्याने त्याचाही मार्ग मोकळा होतो. अशा प्रकारे दोघेही आपापल्या कर्मबंधनातून मोकळे होतात, सकारात्मक परिणाम होतो.

समोरची व्यक्ती तुम्हांला माफ करत नसेल, तर त्या 'नाही'चा अर्थ 'कधीच नाही', असा अजिबात घेऊ नका. समोरचा माणूस म्हणेल, 'आत्ता मी तुम्हांला क्षमा करू शकत नाही.' मग तुम्ही थोड्या वेळाने पुन्हा माफी मागा. कारण तुम्हांला त्याच्यातील द्वेषाची, वैराची भावना नष्ट करायची आहे.

कित्येकदा माफी मागितल्यावर कालांतराने पुन्हा वैर भावना जागृत होते. तेव्हा, तुम्ही

त्यांना कुठल्या कारणाने क्षमा केली होती, याचे स्मरण करा. तुम्ही काही विसरला आहात का, ज्यामुळे तुमच्या मनात पुन्हा वैर भावना उत्पन्न होऊ लागली आहे? माफ करण्याचे कारण आठवा. ते अगदी सहजपणे आठवले, तर तुम्ही लवकर क्षमाशील बनाल.

चला तर मग, आता क्षमा म्हणजे काय, हे जाणू या संत तुकारामांच्या दृष्टिकोणातून –

संत तुकोबा म्हणतात, 'आपण पापी लोक हसत-हसत पाप करण्यात पटाईत असतो, पण त्याचे फळ न भोगता, दुःखापासून दूर करण्याची जबाबदारी मात्र विठ्ठलावर टाकून मोकळे होतो. तरीही विठ्ठल आपली संकटे दूर करतो. बघा, आपल्यासारख्या सामान्य माणसांचा न्याय! पाप करताना आपण आपल्या मनाचे संतुलन सांभाळू शकत नाही. मात्र, आपल्या कर्माची जबाबदारी विठ्ठलावर सोपवून मोकळे होतो. काही भक्त विठ्ठलाचा जप करतात आणि विठ्ठलही कुठल्याही अपेक्षेविना त्या भक्ताचे रक्षण करतो. हे विठ्ठला, तू दयेचा सिंधू आणि पतितपावन आहेस, हे आम्हांला चांगलेच माहीत आहे. आम्ही करोडो लोक नेहमी चुका करतो आणि तू मात्र तुझ्या दयाशील वृत्तीने आमच्या चुका पदरात घेतोस, हेही ठाऊक आहे. हे परमेश्वरा, तू दयाघन आहेस, पतितपावन आहेस म्हणून तर आम्हांला तुझा खूप आधार वाटतो. अन्यथा, आमची काय परिस्थिती झाली असती, कुणास ठाऊक.'[१]

'शूद्र असूनही ज्याचे आचारविचार शुद्ध आहेत, तो लक्षणाने खरा ब्राह्मण होय. जो निर्मळ मनाने राम-कृष्णाचे नामस्मरण करतो आणि मनात सदैव विठ्ठलाची सावळी प्रतिमा ठेवतो, शरीरावर शांती-दया-क्षमा यांसारखी आभूषणे परिधान करतो, कुठल्याही परिस्थितीला धैर्याने सामोरे जातो, तो खरा ब्राह्मण होय. पण, जर त्या शूद्राच्या अंतःकरणातून काम, क्रोध, लोभ, मद, मत्सर आणि दंभ हे षड्रिपू पूर्णपणे नष्ट झाले असतील, तरच त्याला ब्राह्मण म्हणून संबोधावे[२] अन्यथा नाही.'

'या संपूर्ण जगात मीच एक दुष्ट असून, इतर सगळे जण अतिशय चांगले आहेत. माझ्यात अहंकार अगदी ठासून भरलेला आहे आणि तोच खूप वाईट आहे. हे ईश्वरा, या अवगुणासाठी तू मला माफ कर, अशी मी तुला मनापासून विनंती करतो. या देहाला 'मी'

---

१ आम्ही पतितांनी घालावे सांकडे । तुम्हा लागे कोडे उगवणे । आचरता दोष न धरू सांभाळ । निवाड उकल तुम्हा हाती ।। न घेता कवडी करावा कुढावा । पाचारिता देवा नामासाठी । दयासिंधु नाम पतितपावन । हे आम्हा वचन सापडले । तुका म्हणे करू अन्यायाच्या कोटी । कृपावंत पोटी तुम्ही देवा ।।

२ ब्राह्मण तो याती अंत्यज असता । मानावा तत्त्वता निश्चयेसी । रामकृष्णानामे उच्चारी सरळे । आठवी सावळे रूप मनी ।। शांति क्षमा दया अलंकार अंगी । अभंग प्रसंगी धैर्यवंत । तुका म्हणे गेल्या षड्ऊर्मी अंग । सांडुनिया मग ब्राह्मण तो ।।

किंवा धन-पुत्र-स्त्रीला 'आपले' म्हणण्याचा अपराध माझ्याकडून होत आहे. हाच मिथ्या अभिमान माझ्यासाठी ओझे बनून राहिला आहे.'

तुकाराम म्हणतात, 'मी आधीपासूनच खऱ्या आत्मस्वरूपापासून वंचित राहिलो आहे. खरेतर ही माझ्याकडून चूकच झाली आहे. त्यामुळे माझी ओढ संसाराकडे आहे, हे मला समजले आहे, माझ्यात मानव असण्याचे कुठलेही लक्षणही नाही.'[३]

'ईश्वरा, पंढरपुरात आलेल्या जड बुद्धीच्या सामान्य लोकांची उपेक्षा करू नकोस. आमच्यासारख्या दीन-दुबळ्यांची ही विनंती मान्य कर. जे बिचारे केवळ तुझ्या दर्शनासाठी इतक्या लांबून आले आहेत, त्यांच्यावर तुझी कृपादृष्टी राहू देत. हे पुरुषोत्तमा, तुझ्या दर्शनाला आलेल्यांकडून काही चूकभूल झाली असेल, तर त्यांना क्षमा कर.'[४]

'ईश्वरा, मी तुझ्या चरणांवर डोके ठेवून तुला विनंती करतो, ती तू ऐक. मी माझी लाज, भीती या सर्वांचा त्याग करून तुझ्यासमोर उभा आहे, यासाठी हे, प्रभो मला क्षमा कर. मी दुरूनच माझे दुःख सांगितले असते, तर तुझ्यापर्यंत ते कसे पोहोचले असते बरे! मी माझे संपूर्ण जीवनच तुला अर्पण करून टाकतो. ईश्वरा, मी तुझ्यासमोर इतकी बडबड करत आहे तेव्हा एकदा तरी माझा उद्धार कर.'[५]

संत तुकाराम म्हणतात, 'अष्टांग योग हा राजयोगाचा एक उत्तम मार्ग आहे; परंतु त्यासाठी आधीपासूनच इंद्रियांचे दमन करावे लागते. परमेश्वराची साथ मिळाली, तर आपण नक्कीच आपल्या इंद्रियांवर ताबा मिळवू शकतो. शेतात राबल्याशिवाय पिके येत नाहीत, तसेच मेहनत केल्याशिवाय त्याचे फळ मिळत नाही. ज्या वेळी जे योग्य आहे तेच केले पाहिजे. व्यर्थ कष्ट का करता?'[६]

---

३ मीच विखळ मीच विखळ । येर सकळ बहु बरे । पाहिजे हे क्षमा केले । येणे बोले विनवणी ।। मीच माझे मीच माझे । झाले ओझे अन्याय । आधी आंचवला आधी आंचवला । तुका झाला निर्मनुष्य ।।

४ बुद्धिहीना जडजीवा । नको देवा उपेक्षू । परिसावी हे विज्ञापना । आम्हां दीना दासांची ।। चिंतूनिया आले पाय । त्यासी काय वंचना। तुका म्हणे पुरुषोत्तमा । करा क्षमा अपराध ।।

५ ऐका जी देवा माझी विनवणी । मस्तक चरणी ठेवीतसे । सन्निध पातलो सांडुनिया शंका । सन्मुखचि एका एकी पुढे ।। जाणविले कोठे पावे पायापाशी । केली या जिवासी साटी म्हूण । तुका म्हणे माझे हाती द्या उद्धार । करी करकर म्हणऊनि ।।

६ योगाचे ते भाग्य क्षमा । आधी दमा इंद्रिये । अवघी भाग्ये येती घरा। देव सोयरा जालिया ।। मिरासीचे म्हणू सेत। नाही देत पीक उगे । तुका म्हणे उचित जाणा । उगी सिणा काशला ।।

मनन प्रश्न

१. क्षमेचे महत्त्व तुम्हांला कितपत समजले आहे, हे मनन करून स्वत:च्या शब्दांत लिहा.

२. एखाद्या माणसाकडून चूक झाली असेल, तरीदेखील तुम्ही त्याला क्षमा करू शकता का? कुठे-कुठे तुम्ही क्षमा करू शकत नाही?

३. आपण एखाद्या वेळी क्षमा मागूही शकत नाही अथवा क्षमा करूही शकत नाही. अशा वेळी कोणती समज ठेवून क्षमा-साधना कराल?

४. आजवर क्षमा मागणे अथवा क्षमा करणे तुम्हांला अशक्य वाटत असेल, तर मनन करून त्यामागे कोणते अज्ञान, धारणा आहेत, याचा शोध घ्या.

कार्ययोजना

भूतकाळात तुमच्याकडून झालेल्या चुकांची यादी तयार करा आणि प्रत्येक चुकीसाठी स्वत:ला माफ करा.

❑❑❑

अध्याय
२३

संतांची खरी कसोटी
तरली 'अभंग गाथा'

पुण्यापासून नऊ मैल दूर असलेल्या वाघोली गावामध्ये रामेश्वर भट्ट नावाचे कर्मकांड करणारे आणि स्वत:ला धार्मिक विधींमधील तज्ज्ञ समजणारे पंडित राहत होते. त्या वेळी तुकारामांच्या अभंगांची कीर्ती सर्वदूर पसरली होती. लोकांकडून तुकारामांची स्तुती ऐकून रामेश्वर भट्टांच्या मनात तुकारामांविषयी असूया निर्माण झाली. त्या ईर्ष्येमागे मुख्य कारण होते, तुकाराम स्वत: जातीने ब्राह्मण नव्हते, तरीदेखील ब्राह्मण लोक त्यांच्या पाया पडत असत. रामेश्वर भट्ट यांच्या मते, तुकारामांचा असा मानसन्मान करणे म्हणजे शास्त्राने आखून दिलेल्या वर्ण-धर्माचे उल्लंघन करण्यासारखे होते.

त्या काळी महाराष्ट्रात, ब्राह्मण वर्गाला विशेष महत्त्व दिले जायचे आणि शूद्र वर्गाला अस्पृश्यतेची वागणूक दिली जायची. शिवाजी महाराजांच्या काळात पुण्यातील सार्वजनिक जीवनात रस्त्यावरून चालताना शूद्र लोक त्यांच्याबरोबर एक भांडे ठेवायचे, जेणेकरून गरज पडली, तर त्या भांड्यात थुंकता यावे. ज्या रस्त्यावर गाई, कुत्रे, म्हशी, बकरी, घोडे मलमूत्र विसर्जन करत असत, त्याच रस्त्यावर शूद्र, खालच्या जातीचे म्हणून थुंकूही शकत नव्हते. अशी अवस्था असतानादेखील, एका शूद्राची प्रतिष्ठा आणि सन्मान पाहून, रामेश्वर भट्टांच्या मनात ईर्ष्या निर्माण झाली, तर त्यात आश्चर्य नव्हते!

रामेश्वर पंडितांचा हा विरोध आकस्मिक वा वैयक्तिक नव्हता. ज्या वारकरी संप्रदायाचे तुकाराम महाराज अनुयायी होते, त्या संप्रदायाला आधीपासूनच वैदिक कर्मकांड करणाऱ्या लोकांचा विरोध होता. कारण त्यांच्या मते, भागवत धर्म म्हणजे त्यांच्या कर्मकांडांना मुळापासून छेद देणारा संप्रदाय आहे, असे ते मानत. त्या काळानुसार, धार्मिक कृत्य करण्याचा अधिकार हा फक्त ब्राह्मणवर्गालाच होता. पण, भागवत धर्म मात्र सर्वांना समान

भक्ती करण्याचा अधिकार देत होता. या संप्रदायातील बहुसंख्य व्यक्ती आणि संत हे ब्राह्मण नव्हते, तर इतर जातिधर्मांतील होते. म्हणूनच, कर्मकांड करणारे लोक भागवत धर्माला एक विद्रोही विचारधारा मानत असत.

वास्तवात, पंडितांची ही विचारधारा योग्य नव्हती, त्यामागे त्यांचा स्वार्थ होता. म्हणून ते या पंथाला विरोध करत होते. खरेतर, भागवत धर्म हा अतिप्राचीन भारतीय ज्ञानमार्ग समजला जातो आणि लोककल्याणाचे ते एक उत्तम रूप आहे. काळानुसार, प्रत्येक धर्मामध्ये काही सकारात्मक परिवर्तन घडवून आणणे आवश्यक असते. कारण, काही लोक त्यांच्या स्वार्थासाठी धर्मात भेसळ करतात, त्यात अनावश्यक गोष्टींचा समावेश करतात. परिणामी, लोकांच्या मनात भीती आणि चुकीच्या धारणा निर्माण होतात. म्हणूनच धर्माचा मूळ हेतू सुरक्षित राखण्यासाठी त्यात वेळोवेळी योग्य ते बदल करणे आवश्यक असते. अन्यथा धर्मपालन हे मुक्तीचे कारण न राहता बंधनाचे कारण बनते.

भागवत धर्मात जातिपातीला, भेदभावाला अजिबात स्थान नाही. समोरच्या माणसाचे चारित्र्य किती शुद्ध आहे आणि तो खरोखरच हरिभक्त आहे ना, या दोनच गोष्टी महत्त्वाच्या असतात. कारण या पंथात भक्तीला जास्त महत्त्व दिले गेले. भक्तीमुळे शक्ती शक्य आहे. हा मोहमायारूपी भवसागर पार करायचा असेल, तर त्यासाठी लागणारी शक्तीही भक्तीद्वारेच मिळू शकते. पण, जे अंधश्रद्धाळू आणि लोभी असतात, त्यांना ही गोष्ट अतिशय त्रासदायक वाटते.

अशाच लोकांनी संत ज्ञानेश्वरांनाही ते ब्राह्मण होते तरी अनेक प्रकारचा त्रास दिला. काशीच्या पंडितांकडून गोस्वामी तुलसीदासांच्या भक्तीला विरोध होणे हेदेखील त्याचेच एक उदाहरण. अशाच प्रकारे तुकारामांनासुद्धा रामेश्वर भट्ट यांनी कडाडून विरोध केला.

संत तुकाराम रुढी-परंपरा यांना छेद देत असल्याने ब्राह्मणवर्गाचे महत्त्व कमी होईल, हे रामेश्वरांच्या लक्षात आले. सगळे लोक जर भागवत धर्मानुसार वागू लागले, त्यांच्या संतांना श्रेष्ठ मानू लागले, तर मग आम्हा ब्राह्मणांना कोण किंमत देईल? या विचारांनीच रामेश्वर भट्टांनी तुकारामांना त्रास द्यायला, त्यांच्या कार्यामध्ये अडथळे आणायला सुरुवात केली. त्यांनी गैरमार्गांनी त्यांचा उद्देश सफल करण्याचा प्रयत्न केला.

तुकाराम देहूमध्ये कीर्तन करत असल्याने त्यांची सर्वांवर छाप पडू लागली. तिथेच त्यांचे विठ्ठल मंदिर होते. त्यांना देहूमधून हाकलून दिले, तर आपला हेतू सफल होईल, असे रामेश्वर भट्ट यांना वाटले. म्हणून त्यांनी एक कुभांड रचले.

त्यांनी देहू गावाच्या पाटलांना (अधिकाऱ्याला) पत्र लिहिले – 'तुकोबा शूद्र जातीचे आहेत आणि तरीही ते वेदांचे रहस्य सर्वांसमोर प्रस्तुत करतात. हरिकीर्तन करून तुकाराम भोळ्या गावकऱ्यांना फसवतात. आता तर ब्राह्मणदेखील त्यांच्या पाया पडायला लागले

आहेत. ही गोष्ट आपल्यासाठी अत्यंत लज्जास्पद आहे. तुकारामांनी सगळ्या धर्मांचा अपमान केला आहे. तो केवळ कीर्तनाचा महिमा सांगणारा एक पाखंडी माणूस आहे. म्हणूनच, त्याचे जे काही कार्य चालू आहे ते बंद करणेच सर्वांच्या हिताचे ठरेल.'

देहू गावाच्या पाटलांनी रामेश्वरांचे हे पत्र संत तुकाराम यांना वाचून दाखवले. ते ऐकून तुकाराम खूप काळजीत पडले. या संबंधी त्यांनी एका अभंगात* म्हटले आहे – 'आता मी काय करू? कुठे जाऊ? कुणाचा आधार घेऊ? गावचे पाटील माझ्यावर नाराज आहेत, गावातल्या काही लोकांनादेखील तसेच वाटते, आता माझे कोण ऐकेल?'

संत तुकारामांची अग्निपरीक्षा

आज जे काही महान लोक होऊन गेले, त्यांना अनेक वेळा मोठमोठ्या दिव्यातून जावे लागले. तेव्हाच त्यांचे श्रेष्ठत्व सिद्ध झाले. या लोकांनी समस्येकडे कधी समस्या म्हणून पाहिले नाही; तर त्याकडे नेहमी एक आव्हान म्हणून पाहिले. देवी सीतेला तिचे चारित्र्य शुद्ध आहे, हे सिद्ध करण्यासाठी अग्निपरीक्षा द्यावी लागली. प्रभू श्रीरामचंद्र यांना चौदा वर्षे वनवास भोगावा लागला. संत ज्ञानेश्वरांना लोकनिंदेला तोंड द्यावे लागले. प्रभू येशूंना फासावर चढावे लागले. संत मीरा आणि सॉक्रेटिस यांना विष प्यावे लागले. तरीही, हे सर्व जण न घाबरता, जिद्दीने समस्यांना तोंड देत राहिले. मग, संत तुकाराम तरी याला अपवाद कसे राहतील? त्यांनाही या सर्व गोष्टींचा सामना करावा लागला.

तुकाराम महाराज आपल्या गावातून सरळ वाघोलीला रामेश्वर भट्ट यांच्याकडे गेले आणि तिथे जाऊन हरिकीर्तन करू लागले. त्यांच्या मुखातून केवळ ज्ञानच पाझरत होते. ते ऐकून रामेश्वर त्यांना म्हणाले, ''तू खूप मोठा अनर्थ करत आहेस, तुझ्या मुखातून येणारे अभंग दिव्यानुभूती प्रकट करत आहेत, पण त्यासाठी तू पात्र नाहीस. हे कथन करण्याचा तुला काहीएक अधिकार नाही. तुझे हे कार्य शास्त्राच्या विरुद्ध आहे. श्रोता आणि वक्ता या दोघांना नरकात नेणारे कार्य तू करत आहेस. तेव्हा तू भजन-कीर्तन करणे सोडून दे.''

हे ऐकून तुकाराम महाराज नम्रतेने म्हणाले, ''भगवान पांडुरंगाच्या प्रेरणेनेच मी हे करत आहे. तुम्ही ब्राह्मण लोक तर ईश्वराचे रूप आहात. तेव्हा, तुमची आज्ञा शिरोधार्य मानून मी अभंग म्हणणे सोडून देईनही. परंतु आजपर्यंत जेवढे अभंग लिहिले त्यांचे काय करू?''

रामेश्वर लगेच म्हणाले, ''ते तू नदीच्या पाण्यात विसर्जित करून टाक.''

तुकाराम देहूमध्ये परत गेले आणि त्यांनी लिहिलेले बाड एका दगडाला बांधले आणि इंद्रायणी नदीत ते फेकून दिले. ही गोष्ट सगळीकडे वाऱ्यासारखी पसरली. जे भक्त होते

---

१ काय खावे आता कोणीकडे जावे । गावात राहावे कोण्या बळे ।। कोपला पाटील गावचे हे लोक । आता घाली भीक कोण मज ।।

त्यांना खूप वाईट वाटले. पण जे कपटी, लबाड, आणि बेईमान होते त्यांना खूप आनंद झाला. अशा दुष्ट प्रवृत्तीचे लोक तुकारामांना भेटून त्यांची चेष्टा करू लागले. ते म्हणाले, 'आधी भावाशी भांडणं करून तू कर्जाचे सगळे कागद नदीत फेकून दिलेस. आता रामेश्वर पंडितांबरोबर वाद घालून अभंगांचे बाड नदीत फेकून दिले. अशा प्रकारे तू स्वतःचीच फजिती करून घेतलीस. अशा अवस्थेत दुसरा कोणी असता, तर त्याने स्वतःचे तोंडदेखील कोणाला दाखवले नसते, त्याऐवजी वाटीभर पाण्यात बुडून मेला असता.'

या घटनेमुळे तुकाराम महाराज खूप विदीर्ण झाले. ते विचार करू लागले, 'लोक म्हणतात त्यात तथ्य आहे, माझा संसार मी सांभाळू शकलो नाही, म्हणून लोक माझ्यावर हसतात. त्याचे काही नाही. पण, एवढे सगळे करूनही जर परमेश्वर मला प्राप्त होत नसेल, माझे ऐकून घेत नसेल, तर अशा जगण्याचा काय उपयोग?' अशा वेळी उचित हेच आहे, की मी अन्नपाणी त्यागून देवाच्या चरणांशी समर्पित व्हावे. मग त्याला माझे जे काही करायचे असेल ते करू देत. त्यानंतर तुकाराम विठ्ठल मंदिरापाशी नदीच्या काठी, एक दगडावर तेरा दिवस[२] देवाचे नामस्मरण करत पडून राहिले.

रामेश्वरांना झाला पश्चात्ताप

इकडे तुकाराम स्वतःचा प्राण त्याग करण्यासाठी विठ्ठलासमोर बसले होते आणि तिकडे, ज्याच्यामुळे हे सगळे विपरीत घडले, त्या रामेश्वरांवर एक नवीनच संकट कोसळले. ते त्यांच्या घरापासून जवळच असलेल्या रामनाथाच्या दर्शनाला चालले होते. तेव्हा रस्त्यातच, अनगढ सिद्ध नावाच्या एका फकिराचे स्थान लागले, तिथे एक जलकुंड होते. रामेश्वरांनी त्या कुंडात स्नान केले, तेव्हापासून त्यांच्या शरीराची आग होऊ लागली, संपूर्ण शरीराला खाज सुटली. ती बंद होण्यासाठी त्यांनी खूप औषधोपचार केले, पण काहीच फरक पडला नाही. जेव्हा कुठलेच उपचार लागू झाले नाही, तेव्हा त्यांनी आळंदीला जाऊन ज्ञानेश्वर महाराजांना शरण जायचे ठरवले.

आता विठ्ठल मंदिरात सलग तेरा दिवस अन्नत्याग केल्याने, संत तुकारामांची अवस्था दयनीय झाली होती. त्यांना स्वप्न पडले, 'तुझ्या पोथ्या नदीजवळ सुखरूप आहेत, त्या तू घेऊन जा.' त्या वेळी तुकाराम महाराज मरणासन्न अवस्थेत होते. त्यांचा श्वास मंद-मंद चालू होता. त्यांची हालचाल एकदम संथ झाली होती. त्यांची ती अवस्था पाहून त्यांच्या विरोधकांना वाटले, 'आता हा काही जिवंत राहणार नाही.'

मात्र, भक्तांना तुकारामांच्या चेहऱ्यावर एक वेगळेच तेज दिसत होते. नामस्मरणाचे

---

२ तेरा दिवस झाले निश्चक्र करिता। न पवसी अनंता मायबापा॥ तुजवरी आता प्राण मी त्यजीन । हत्या मी घालीन पांडुरंगा॥ तुका म्हणे आता मांडिले निर्वाण। प्राण हा सांडीन तुजवरी॥

गोड गुंजन त्यांच्या कानी पडत होते. तुकारामांना पडलेले स्वप्न जेव्हा भक्तांना समजले तेव्हा सगळे जण 'जय जय रामकृष्ण हरी' नामाचा गजर करू लागले आणि काय आश्चर्य! क्षणार्धात तुकारामांच्या अभंग गाथा नदीच्या पाण्यात तरंगू लागल्या.

त्याच वेळी, रामेश्वर आळंदीमध्ये येऊन ज्ञानेश्वरांची उपासना करत होते. तेव्हा, त्यांना उपासनेत एक संकेत मिळाला. स्वत: ज्ञानेश्वर महाराजांनी त्यांना येऊन सांगितले, 'तू महावैष्णव तुकाराम महाराजांशी उगाच वैर पत्करले आहेस. आता तू त्यांना शरण जा. तेव्हाच तू या व्याधीतून आणि भवसागरातून मुक्त होशील.' हा संकेत मिळताच, रामेश्वरांना आपली चूक समजली आणि त्यांच्यात अपराधीपणाची भावना निर्माण झाली. त्यांनी आपली चूक कबूल करून, अत्यंत विनम्र भाषेत तुकारामांना पत्र लिहून त्यांची माफी मागितली.

क्षमा करणे हे तर संतांचे भूषण असते, संत तुकारामांनी तर रामेश्वरांना आधीच माफ करून टाकले होते. ते एका अशा अवस्थेत स्थापित होते जिथे त्यांच्या मनात फक्त आणि फक्त प्रेमच होते. पूर्ण ब्रह्मांड त्यांच्यासाठी विठ्ठलमय होऊन गेले होते. त्यांच्या सज्जनपणावर प्रभावित होऊन रामेश्वर भट्टांनी आपल्या पांडित्याचा त्याग केला आणि ते तुकारामांचे शिष्य बनले. अशा प्रकारे तुकाराम महाराजांना विरोध करणारे रामेश्वरच त्यांचे शिष्य बनले. शिवाय, शेवटपर्यंत ते तुकारामांच्या उपदेशाचा प्रचार आणि प्रसार करत राहिले.

जीवनाची नौका तरली

'तुकारामांची पोथी पाण्यात पडूनही खरोखरच व्यवस्थित राहिली होती का? पण, हे कसे शक्य आहे?' आजही या विषयावर महाराष्ट्रात वादविवाद होतात. कारण काही लोक याला चमत्कार म्हणतात, तर काही जण त्याला निव्वळ अंधश्रद्धेचे नाव देऊन मोकळे होतात. आजच्या विज्ञानयुगात अशा गोष्टींवर अजिबात विश्वास न ठेवणारेही अनेक लोक असू शकतात. मात्र, अध्यात्माच्या क्षेत्रात अशा अनेक घटना घडलेल्या आहेत, जेव्हा अनेक चमत्कार घडले आणि लोकांनी तोंडात बोटे घातली. जसे, संत ज्ञानेश्वरांनी भिंत चालवली, रेड्याच्या मुखातून वेद म्हणवून घेतले. प्रभू रामचंद्रांच्या वानरसेनेने समुद्रावर पूल उभा केला. हनुमान समुद्र पार करून, उडत-उडत लंकेमध्ये पोहोचले, तर शिर्डीच्या साईबाबांनी पाण्याने दिवे लावले. परंतु, अशा प्रकारच्या चमत्कारांमध्ये न अडकता, त्यामागील गूढ आध्यात्मिक रहस्य समजून घेणेच इष्ट ठरेल. या सर्व गोष्टी मनुष्याची आंतरिक स्थिती दर्शवतात.

आजही संत तुकाराम महाराजांचे अभंग वाचून, लोकांना सत्याच्या मार्गावर चालण्याची प्रेरणा मिळते. त्यांचे अभंग गात वारकरी पंढरपूरची यात्रा करतात. त्यांच्या या आध्यात्मिक कार्यामुळे अनेक लोकांचे जीवन सुधारले आहे, त्यांना दिशा मिळाली आहे. मोहमायेच्या

या भवसागरात कित्येक लोकांच्या जीवनाची नाव तरली आहे.

संत तुकारामांचे अभंग, त्यांचे जीवनचरित्र एकविसाव्या शतकातदेखील लोकांच्या मनात तरंगत आहेत. एखाद्या संतांचे जीवन युगानुयुगे लोकांना प्रेरणा देत आहे, ही गोष्टदेखील एखाद्या चमत्कारापेक्षा कमी नाही. संत तुकारामांचे जीवन म्हणजे खरोखरच एक अद्‌भुत चमत्कारच आहे!

मनन प्रश्न

संतांच्या जीवनातील चमत्कारिक गोष्टींकडे मी केवळ मनोरंजन म्हणून पाहतो, की त्यातून निघणारा आशय खऱ्या अर्थाने जाणून घेतो?

कार्ययोजना

१. आजवर तुम्ही कुणाशी शत्रुत्व पत्करले असेल, तर त्याची माफी मागा आणि त्यालासुद्धा माफ करा.

२. या पुस्तकातील आवडलेल्या ओळी लिहून त्यावर मनन करा.

❑❑❑

खंड

६

जगद्‌गुरू तुकाराम महाराज

अध्याय
२४

पाच निकामी पंख
पथभ्रष्ट होऊ नका

संत तुकारामांनी मनुष्याच्या पाच निकामी पंखांवर प्रकाश टाकला आहे. त्यांना आपण अतेज पंख असे म्हणू या. अतेज पंख म्हणजे निकामी, व्यर्थ असलेले पंख. ते पंख कोणते आणि त्यांच्यापासून दूर कसे राहायचे, हे आता जाणून घेऊ या.

१. परधन

परधन याचा अर्थ इतरांचे धन. एखाद्या माणसाकडे खूप धन असते, तर कोणाला दुसऱ्याचा पैसा, संपत्ती फार प्रिय असते. अथवा एखादा सतत धनाचा विचार करत असेल, तर त्याला अशी समज दिली गेली, 'आपली नजर नेहमी दुसऱ्याच्या ज्ञानावर असायला हवी. ती इतरांच्या धन-संपत्तीवर असता कामा नये.' तुकाराम महाराज म्हणतात, 'परधनाच्या मोहात अडकल्याने मनुष्य सत्याचा मार्ग विसरतो, म्हणून त्यापासून दूर राहिलेलेच बरे.'

जसे, गाढव जरी दिवसभर पाठीवर साखरेचे पोते घेऊन फिरत असेल, तरी ते साखर खाऊ शकते का? नाही, कारण त्याला गवतच खायला आवडते. याचाच अर्थ, तुम्ही जेव्हा धनाचा मोह करता, तेव्हा खरेतर गवतातच अडकलेले असता. पण, तुम्ही जे घेऊन फिरत आहात, त्यावर लक्ष केंद्रित करायला हवे. विश्वास ठेवा, तुम्ही सोबत ईश्वराला (स्वानुभवाला) घेऊन फिरत असता. तरीही, तुमच्या मनात नेहमी मायेचे, मोहाचेच विचार येतात.

तुम्ही जर दिवसभरात येणाऱ्या विचारांवर लक्ष केंद्रित केले तर तुम्हांला आढळून येईल, की तुम्ही कोणत्या चक्रात अडकले आहात, कोणत्या मोहमायेत फसला आहात. तुम्हांला ही गोष्ट स्पष्टपणे जाणवली, तर तुम्ही त्या विचारांतून बाहेर येऊन, ईश्वरीय विचारांवर लक्ष केंद्रित कराल. कारण, तुम्ही ज्या गोष्टीच्या मुळाशी जाता, त्याच गोष्टी

तुमच्या हृदयस्थानातून (तेजस्थानातून) बाहेर पडतात. म्हणून, परधनावरून लक्ष हटवून, तुम्ही ज्ञानावर लक्ष केंद्रित करायला हवे.

२. परस्त्री

संत तुकाराम सांगतात, परस्त्रीकडे कधी लक्ष देऊ नये, ती एक मोहाचा फास आहे.

एकदा तुकाराम महाराज भामनाथ डोंगरावर ध्यानाला बसले होते, तेव्हा एक स्त्री त्यांच्याकडे आली. त्यांनी त्या स्त्रीला सांगितले, 'जशी कृष्णासोबत राधा असते, तशीच विठ्ठलाबरोबर रखुमाई. ईश्वराच्या एखाद्या रूपाला विटेवर उभे केले, कुणाला गरुड पक्ष्यावर बसवले, तरीदेखील तो ईश्वरच आहे. कधी ईश्वर बैलावर बसला आहे, तर कधी उंदरावर. तो वेगवेगळ्या वाहनांवर बसलेला असूनही ईश्वरच राहतो. तो त्यांच्यापासून वेगळा नाहीच. अगदी त्याचप्रमाणे प्रत्येक स्त्री ही मला रखुमाई, मातेसमान आहे.'

सत्याच्या मार्गावरून वाटचाल करणारे लोक स्वत:साठी काही गोष्टी निश्चित करतात. तुकारामांनीदेखील स्वत:साठी परस्त्री मातेसमान आहे, हे निश्चित केले होते. काही गोष्टींवर मनन करून त्यांनी त्या कायमस्वरूपी सोडून दिल्या होत्या. कारण पुढे एखादी संभ्रमित करणारी घटना समोर आली, तर त्या वेळी 'हे करू की नको' असा विचार करण्याची आवश्यकता भासणार नाही.

एखाद्या मनुष्याने ठरवले, 'कोणत्याही परिस्थितीत मी सिगारेट, तंबाखू, दारू इत्यादी व्यसनांमध्ये गुंतणार नाही. यापासून कायमस्वरूपी दूर राहण्यासाठी मी वचनबद्ध आहे.' मग अशा माणसाला एखाद्या पार्टीत, दारू, सिगारेट यांचा आग्रह केला, तर त्या वेळी त्याला, 'मी व्यसन करू की नको,' असा संभ्रम पडणार नाही. त्याने दृढ निश्चय केला असेल, तर तो त्या गोष्टींना हातदेखील लावणार नाही.

सत्यमार्गावर वाटचाल करणाऱ्या साधकाने कोणकोणत्या गोष्टींपासून दूर राहायला हवे, याची शिकवण संत तुकाराम देतात. याचा अर्थ, स्त्री जात ही नीच आहे, असे अजिबात नाही. संत तुकाराम हेच समजावत आहेत, की हा पंख तुटला नाही, तर तुम्ही खोल दरीत पडाल.

३. परनिंदा

एखादा मनुष्य इतर कोणाचीतरी निंदा करतो, ही झाली एक प्रकारची निंदा. दुसरी निंदा म्हणजे जी इतरांद्वारे होते. या दोघांसाठी तुकाराम म्हणतात, 'निंदकाचे घर असावे शेजारी.' जे लोक तुमची निंदा करत आहेत, तुमची टिंगल करत आहेत, त्यांचे घर तुमच्या शेजारीच असायला हवे. मंबाजी तुकाराम महाराजांच्या शेजारीच राहत होते. गावातील टवाळी, मवाली त्यांची टर उडवत होते. घरात तुकारामांची पत्नी त्यांची निंदा करत असे. अशा प्रकारे त्यांच्यावर चौफेर टीका होत असे. परंतु तरीदेखील ते त्याला ईश्वराचा प्रसादच समजत.

परनिंदा म्हणजे इतरांची निंदा करणे. जसे, चार लोक एकत्र आले की तिथे जो उपस्थित नाही अशा एखाद्याची निंदा करत बसतात. परनिंदा ही एक प्रकारची खोल दरी आहे. खरेतर, माणसाला निंदा करायला खूप आवडते. त्याला अशा गप्पा मारण्यातच रस असतो. यात त्याचा बराचसा वेळ व्यर्थ जातो. 'आणखी थोडा वेळ गप्पा मारत बसलो, तर काय बिघडेल,' असा विचार तो अज्ञान आणि बेहोशीमुळे करतो. परंतु यात त्याचे तासन्तास वाया कसे गेले, तेही त्यांच्या लक्षात येत नाही. पुढच्या वेळीदेखील हे लोक पुन्हा तीच चूक करतात. कारण त्यांच्याकडे कुठलेही लक्ष्य अथवा संकल्प नसतो.

यासाठीच संत तुकाराम महाराज, या दरीत पडण्यापासून स्वत:ला वाचवा, हा संकेत आपल्याला देतात. हा पंख कापणे किती महत्त्वपूर्ण आहे हे सांगतात. जोपर्यंत एखाद्या गोष्टीचे भयानक रूप समोर दिसत नाही, तोपर्यंत लोक 'थोडेसे इतरांविषयी बोलले, तर काय फरक पडतो... अशाने कोणता मोठा भूकंप होणार आहे?' असा विचार करतात. परंतु, अशा गोष्टींनी वाईट वृत्ती बळावतात, हे त्यांच्या लक्षातच येत नाही. जो मनुष्य दररोज हेच करत राहतो, त्याच्यात चुकीच्या सवयी कायमचे घर करतात. पुढे जाऊन याच वृत्ती त्याच्या बंधनाचे कारण बनतात. असा मनुष्य सतत अस्वस्थ राहतो. तो शांत बसूच शकत नाही. काही तरी बोलण्यासाठी सतत दुसऱ्या माणसाच्या शोधात राहतो. यालाच कर्मबंधन असे म्हणतात. पण, एकदा का मनुष्य या दरीत कोसळला, तर तो स्वत:चे मूळ लक्ष्यच विसरून जातो. इतकेच नव्हे, तर तो स्वानुभवापासूनही दूर जातो.

४. परहिंसा

एखाद्याला दु:ख देणे हीदेखील एक हिंसाच ठरते. हा निकामी पंखदेखील कापून टाकायला हवा. एखादा जीव, प्राणी, माणूस, सजीव, समाज, देश किंवा विश्व यांची हानी होईल, असे कोणतेही कर्म आपले भाव, विचार आणि वाणी यांद्वारे होता कामा नये. आपले भाव, वाणी, आणि विचार यांद्वारे कुणाला वेदना झाली असेल, तर ती परहिंसा आहे. सजग होऊन ही बाब लक्षात घ्यायला हवी, की आपल्या कर्मांमुळे नकळत कुणाला हानी पोहोचू शकते. काही लोकांना आपल्या क्रियेद्वारे हानी पोहोचू शकते, म्हणून याविषयी नेहमी सजग राहायला हवे.

५. परमान

याचा अर्थ, इतरांकडून मिळणारा मानसन्मान. मनुष्य नेहमी इतरांकडून त्याला मानसन्मान मिळावा, अशी इच्छा बाळगतो. त्यासाठी इतरांचे लक्ष स्वत:कडे वेधण्याचा प्रयत्न करतो. कुणीतरी आपली प्रशंसा करावी, याचे जणू त्याला व्यसनच लागते. व्यक्तीला (अहंकाराला) स्वत:ची स्तुती फार प्रिय असते. म्हणून आपण यात अजिबात अडकता कामा नये.

संत तुकाराम म्हणतात, 'दोन प्रकारचे लोक या मानसन्मानाला अपवाद आहेत, एक म्हणजे, दारूचे व्यसन लागलेला मनुष्य आणि दुसरा, सत्यावर अतोनात प्रेम करणारा माणूस. दारूचे व्यसन असणाऱ्या माणसाला 'तू वाईट आहेस, तू चांगला नाहीस. तुझी वागणूक योग्य नाही,' असे कितीही समजावले, तरीही त्याला दारू पिण्याची इच्छा झाली की तो निंदेची तमा बाळगत नाही. तो म्हणतो, कुणी काही बोलू द्या, मी तर दारू पिणारच.'

'दुसऱ्या प्रकारात असे लोक मोडतात, ज्यांना सत्यविषयी अतोनात प्रेम आहे. ते मानसन्मानापासून नेहमी दूर राहतात. काही लोक 'लोक काय म्हणतील' याचा विचार करून जीवनात काहीच करू शकत नाहीत. 'मी हे केले तर अमुक मला काय म्हणेल, सर्वांनी, हा चांगला माणूस आहे, असेच मला म्हणायला हवे,' असा विचार करतात. अशा लोकांना मानसन्मानरूपी पंख कापायला सांगितले जाते. त्यानंतरच ते पुढील मार्गक्रमण करू शकतात.

वर सांगितलेल्या पाच परांपासून वेळीच सावध होणे आवश्यक आहे. तुकाराम म्हणतात, 'लोक ढोलकीसारखे असतात, जे दोन्ही बाजूने वाजतात. असे केले तरी बोलणार आणि तसे केले तरी काही ना काही बोलणारच. बोलणारे दोन्ही बाजूने बोलत राहणार.' तुम्ही एखादे चांगले कार्य केले, तरी ते त्याबद्दल काहीतरी नकारात्मकच बोलणार, 'हे तर स्वत:चा स्वार्थ सिद्ध करण्यासाठीच करत आहेत.' तुमच्याकडून काही चुकीचे घडले, तर त्यातदेखील 'हे असे नव्हे, तसे करायला हवं होते,' असे म्हणणार. तात्पर्य, लोक काही ना काही बोलणारच. अशा वेळी त्यांची तमा बाळगता कामा नये. तुम्ही तुमच्या अनुभवानुसार आणि समजेनुसार काम करत राहायला हवे. लोक काय म्हणतील, याची काळजी करत बसलात, तर तुमच्याकडून कोणतेही कार्य घडणार नाही. असे लोक कधीच यश प्राप्त करू शकणार नाहीत. शिखरावर तुमचे प्रेम असेल, तर दरीतून वर येऊनच तुम्हांला शिखर गाठावे लागेल.

मनन प्रश्न

आजवर मी कोणकोणत्या अतेज, निकामी असलेल्या पंखात अडकलो आहे?

कार्ययोजना

आज कुठल्याही प्रकारची परहिंसा करायची नाही. कुणालाही भाव, विचार, वाणी, आणि क्रिया यांद्वारे दुखवायचे नाही.

❑❑❑

अध्याय

२५

पाच 'तेज पंख'
साधकांसाठी कार्ययोजना

अतेज पखांपासून म्हणजे निकामी झालेल्या पंखांपासून मुक्ती मिळवण्यासाठी या पाच अद्‌भुत पंखांचा आपल्या जीवनात समावेश करणे आवश्यक आहे. कसे, ते आपण तपशीलवार जाणून घेऊ या. या अतेज पंखापासून मुक्ती मिळवण्यात आपण यशस्वी ठरलो, तर आपल्याला जीवनात अत्युच्च शिखर गाठता येईल.

१. सज्जनांचा संग

संत तुकारामांच्या शिकवणुकीतील मुख्य गोष्ट कुठली असेल, तर ती चांगल्या, सज्जन माणसांची साथसंगत. जसे, कडक उन्हात दूरवर असलेली सावली पाहून काहीच लाभ मिळणार नाही. तुम्हांला जर सावलीचा लाभ घ्यायचा असेल, तर सावलीतच जावे लागेल. तिथेच तुम्हांला गारवा मिळेल. त्या सावलीजवळ गेल्यावरच आपल्याला शीतलता मिळेल, उन्हाचा दाह कमी होईल. अगदी याच प्रकारे, सत्याच्या मार्गावर चालत असताना, चांगल्या माणसांचा सहवास लाभला, तर तुम्हांला त्या मार्गावरून न अडखळता चालता येईल. म्हणून संतांच्या – सज्जनांच्या विचारांना अतिशय महत्त्व आहे. लोकांपेक्षा संतांच्या मान्यतेला जास्त महत्त्व आहे. लोक काय म्हणतील? यात कधीही अडकता कामा नये.

एखादा मनुष्य जेव्हा आध्यात्मिक जीवनाची सुरुवात करतो, तेव्हा प्रथम तो सत्याविषयी काही ऐकत असतो. उदाहरणार्थ, सिद्धार्थने सिंहासन सोडले, तेव्हाच ते भगवान बुद्ध बनले... राजकुमार असूनही भगवान महावीरांनी सोन्याचे छत्र त्यागले. त्यामुळेच 'आता मलादेखील सर्व काही सोडायला हवे,' अशी धारणा बनली. या विधानावर प्रकाश टाकत संत तुकाराम म्हणाले, 'तुम्हांला काहीही सोडावे लागणार नाही.' जे सुख आपणहून

तुमच्याकडे येते, ते इतरांना न दुखावताही भोगता येते.' उदाहरणार्थ, तुमच्याकडे कोणी पेढा घेऊन आले आणि म्हणाले, 'मी पास झालो आहे, हा पेढा घ्या.' अशा वेळी तुम्ही नक्कीच पेढा खाऊ शकता. याउलट, तुम्ही एखाद्याला म्हणता, 'अरे, तू पास झाला तरी पेढाही दिला नाहीस.' आता त्याला जर पेढा द्यायचा नसेल, तर तो नाइलाजाने द्यावा लागेल. हे झाले दुसऱ्याला दुःख देऊन स्वतः सुख उपभोगणे!

आणखी एका उदाहरणाने ही बाब अतिशय स्पष्ट होईल. चार मित्र मिळून विचार करतात, 'आज काही काम नाही, चला... चित्रपट पाहायला जाऊ या.' मग ते कुणावरतरी 'चित्रपटाचे तिकिट स्पॉन्सर करण्यासाठी आग्रह धरतात, 'चला, आज तुम्ही आम्हांला चित्रपट दाखवा, पार्टी द्या...' यालाच इतरांना त्रास देऊन सुख उपभोगणे असे म्हणतात.

यासाठीच संत तुकारामांची पहिली शिकवण 'सज्जनांचा संग' ही आहे. तुम्ही सज्जन माणसांची संगत धरली, तर ते तुम्हांला योग्य मार्ग दाखवतील. ते कधीही छोटा रस्ता (शॉर्ट कट) दाखवणार नाहीत. ते योग्य मार्गच (नॉर्मल कट) दाखवतील. पण, दुर्जन तुम्हांला कपट, खोटेपणा या मार्गांनी पैसे मिळवायला सांगतील. चुकीचा मार्ग दाखवून झटपट संपत्ती कशी कमवायची ते सांगतील. अशा प्रकारचे लोक 'इझी मनी'च्या चक्रात अडकून राहतात. पण जो चांगल्या नीतीच्या माणसांसोबत राहील तो इमानदारीने, योग्य मार्गाने धन कमवेल. सज्जनांच्या संगतीत असेच लोक येतील ज्यांना सत्याची तृष्णा आहे, जे भक्त आहेत, ज्यांचे ईश्वरावर प्रेम आहे.

२. अध्ययन, पठण, मनन

संत तुकारामांची दुसरी शिकवण आहे अध्ययन, पठण आणि मनन! त्यांनी त्या काळात उपलब्ध असलेल्या सर्व पुस्तकांचा लाभ घेतला. कारण पठणाने मनन होईल आणि मननाद्वारे सखोल विचार होईल. विचारांच्या गहनतेमुळे क्रियेत बदल होईल, क्रियेद्वारे वर्तमान बदलेल आणि वर्तमानाने उज्ज्वल भविष्य निर्माण होईल. मग हे सोनेरी भविष्य केवळ तुम्हांलाच नव्हे, तर सर्वांना आनंद देईल.

संत तुकाराम, महाराष्ट्रातील संत एकनाथ, संत नामदेव, संत ज्ञानेश्वर[१] यांसारख्या थोर संतांची ग्रंथसंपदा वाचत आणि त्यावर मननही करत. ते संत ज्ञानेश्वरांच्या समाधीच्या दर्शनासाठी नेहमी आळंदीला जात असत. अध्ययन, मनन, चिंतन करणे महत्त्वाचे आहे, असे इतरांना सांगत आणि स्वतःही त्याचे पालन करत.

---

१ संत ज्ञानेश्वरांचे चरित्र आणि त्यांचे कार्य समजून घेण्यासाठी, वाचा तेजज्ञानद्वारा प्रकाशित पुस्तक संत ज्ञानेश्वर : समाधी रहस्य आणि जीवनचरित्र.

३. भक्ती

संत तुकारामांची तिसरी शिकवण आहे भक्ती! भक्ती म्हणजे ईश्वरावर निस्सीम प्रेम करणे. ईश्वरावर प्रेम असेल, तरच मनुष्य कीर्तनात बसू शकेल; अन्यथा त्याचे सगळे लक्ष संगीत, सूर, ताल यांवरच राहील. उदाहरणार्थ, 'ही धून ठीक नाही... हे कधी एकदा संपेल, असे झाले आहे मला...' असे जर कोणी बोलत असेल, तर कीर्तन, भजन, प्रार्थना, आराधना यांत उपस्थित असूनही तो अनुपस्थितच असेल.

ईश्वरावर अपार प्रेम असेल, तरच तो भजन, कीर्तन, जागरण करू शकेल. अन्यथा कोणी म्हणेल, 'अरे! बोअर होतंय मला. ही कशी भजने आहेत?' अशा प्रकारे तो श्रवण करूच शकणार नाही. कारण त्याचे सर्व लक्ष कोण गात आहे, कुणाची धून आहे, यावरच केंद्रित असेल. भजन कोणासाठी गायले जात आहे, हे तो समजूच शकणार नाही. यासाठीच तिसरी महत्त्वपूर्ण बाब म्हणजे भक्ती! तुम्ही कोणत्या गोष्टी ऐकाव्यात आणि कोणत्या ऐकू नयेत, हेही तुकाराम महाराजांनी लोकांना सांगितले. त्यांनी लोकांना भक्तीविषयक समजदेखील दिली. श्रद्धा असेल, तरच एखादा मनुष्य भक्ती करू शकेल, उपासना करू शकेल. ही तिसरी गोष्ट अत्यंत महत्त्वाची आहे. तुमचे जर परमेश्वरावर प्रेम असेल, तरच तुम्ही कीर्तनाचा आनंद लुटू शकाल, जास्त वेळ ध्यानात बसू शकाल. अशा प्रकारे भक्तीच्या शक्तीनेच त्यांना गुरूंचा कृपाप्रसाद आणि पांडुरंगाचे दर्शन झाले.

४. चित्तशुद्धी

गुरूने दिलेल्या उपदेशाने तुम्ही चित्ताची शुद्धी करू शकाल, ही समज तुकारामांनी दिली. तुमच्यातील वृत्ती आणि धारणा यांपासून मुक्त व्हावे, या उद्देशानेच गुरू उपदेश देतात. यासाठीच गुरू तुम्हांला साधना देतात. गुरूंनी दिलेल्या साधनेचा तुम्ही सराव केला पाहिजे, त्यांच्या आज्ञेचे पालन केले पाहिजे. चित्ताची शुद्धी झाल्यानंतरच आपले शरीर आपल्यासाठी योग्य प्रकारे कार्य करू शकते. ते आपल्या अभिव्यक्तीसाठी बाधा बनण्याऐवजी साहाय्यक ठरते. अन्यथा विकारांनी भरलेले शरीर आयुष्यभर आपल्याला गुरफटून ठेवेल, आणि मग आत्मसाक्षात्कार आपल्यासाठी अशक्यप्राय होईल.

५. आत्मसाक्षात्कार

संत तुकारामांची शेवटची आणि पाचवी शिकवण आहे आत्मसाक्षात्कार. याचाच अर्थ, 'स्व'मध्ये स्थापित होणे... स्वानुभव होणे... धारणा नष्ट होणे... सत्याचे दर्शन होणे... एकादशी म्हणजेच एक दशेची अवस्था प्राप्त होणे... एकम्, कैवल्य, निर्वाण, मोक्ष प्राप्त होणे. 'मी शरीर नाही, शरीरासोबत आहे,' हे ज्ञान अनुभवाने जाणून ते क्रियेत उतरवणे.

संत तुकारामांनी वेगवेगळ्या वेळी विविध शब्दांद्वारे आपल्या अनुभवाविषयी सांगितले.

'मी'च्या संगतीत राहूनही मी असंग आहे. मी तुम्हांला जसा दिसत आहे, तसा अजिबात नाही. भोगत असूनही मी त्यागी आहे. माझ्याबद्दल मी जास्त काही सांगू शकत नाही. तुम्हांला माझ्याविषयी जाणायचे असेल, तर खुद्द पांडुरंगालाच विचारा.

अशा रीतीने जेव्हा जेव्हा त्यांनी उच्च गोष्टी सांगितल्या, तेव्हा पुढच्या अभंगात लगेच ते म्हणतात, 'हे ईश्वरा, माझे मन जर माझ्या ताब्यात नाही, तर मी काय करू?' मग ते ईश्वरालाच विचारतात, 'मला योग्य मार्ग दाखव, जेणेकरून माझे शरीर आणि मन एका बाजूला होईल आणि मी दुसऱ्या बाजूला. ही जी काही शरीर आणि मनाची ओढाताण चालू आहे, ती थांबायला हवी. एका बाजूने सन्मान मिळतो, तर दुसऱ्या बाजूने मन असे नाटक करत असते.'

अशा प्रकारे तुकाराम महाराज त्यांच्या अभंगांद्वारे लोकोद्धाराचे कार्य करत होते. अशा वेळी ते समाजातील लोकांच्या वृत्ती आणि धारणा यांवर चौफेर हल्ला चढवत. परंतु, त्या वेळी लोक दुखावले जाऊ नयेत म्हणून 'मी असा आहे... माझे मन असे आहे...' असे म्हणायचे. कारण लोकांच्या वृत्ती आणि धारणांवर बोट ठेवले, तर लोक नाराज होतील. शिवाय 'हा स्वत:चीच प्रशंसा करत आहे, स्वत:ला काय समजतो माहीत नाही...' असेही लोकांनी म्हणू नये. म्हणून ते स्वत:वरच टीका करायचे. त्यासाठीच ते अभंगात म्हणतात, 'आता माझी अशी स्थिती झाली आहे, की तूच मध्यस्थ बन आणि हा संघर्ष संपवून टाक.' ईश्वराला मध्यस्थ बनवून आपणदेखील मध्यभागी म्हणजे तेजस्थानावर (हृदयस्थानावर) राहायचे आहे, ही शिकवण आपल्याला या अभंगातून मिळते.

मनन प्रश्न

मी चांगल्या संगतीचे महत्त्व जाणले आहे का?

कार्ययोजना

'मला संपत्ती नको, मला मुक्ती नको, फक्त हवी संत संगती' या संत तुकारामांच्या वाक्यावर[२] मनन करा.

❑❑❑

---

२ न लगे मुक्ति आणि संपदा। संतसंग देई सदा।।

अध्याय

२६

शब्दधन
वाणीची शक्ती

दैनंदिन जीवनात मनुष्य जे बोलत असतो, त्यातूनच त्याचे जीवन घडत जाते, आकार घेते. म्हणून माणसाने आपल्या वाणीमध्ये माधुर्य आणायचे की कटुता, हे त्याच्या स्वभावावर अवलंबून असते.

काही लोक रिकाम्या नळीत विषामध्ये बुडवलेली सुई ठेवून तिच्यावर जोरात फुंकर मारून ती शत्रूवर प्रहार करण्यासाठी सोडतात. असे केल्याने शत्रूची हानी होते. मनुष्याच्या वाणीतून निघालेले शब्दही असेच असतात. कधी-कधी तर हे नकारात्मक शब्द समोरच्या मनुष्याच्या मृत्यूला कारणीभूतही ठरतात. त्यासाठीच माणसाने आपल्या वाणीतून निघणाऱ्या शब्दांविषयी सजग असायला हवे. त्याचप्रमाणे, कोणते शब्द मनावर घ्यायचे आणि कोणते नाहीत, याविषयीदेखील सतर्क राहायला हवे. कारण एखाद्याचे नकारात्मक शब्द कानावर पडले आणि ते थेट मनात बिंबले गेले की मन या शब्दांवर लगेच काम करू लागते. यासाठीच आपली वाणी आणि कान यांच्या शक्तीवर प्रत्येकाने काम करायला हवे, त्यांना प्रशिक्षित करायला हवे.

जीभ हे सर्वांत महत्त्वपूर्ण इंद्रिय आहे. या इंद्रियाशी दोन पैलू जोडले गेले आहेत, ते आपल्या जीवनावर खूप सखोल परिणाम करत असतात. ते पैलू म्हणजे, शब्द आणि स्वाद. या दोन्ही गोष्टींचा अतिरेक मनुष्याच्या जीवनात अनेक समस्या निर्माण करू शकतात. स्वाद हा मनुष्याचा खूप मोठा कमकुवतपणा आहे. स्वादाच्या आहारी जाऊन माणूस त्याची स्वास्थ्यरूपी दौलतदेखील गमावून बसतो. ज्या लोकांचे स्वादावर नियंत्रण नसते, ते आयुष्यभर कुठल्या तरी शारीरिक तक्रारींना सामोरे जातात.

वाणीशी निगडित दुसरा महत्त्वाचा पैलू म्हणजे, शब्द. आपले बोल, संवाद. आपण

आपले विचार आणि भावना शब्दांद्वारे व्यक्त करतो. आपल्या वाणीद्वारे निघणारे शब्द हे अर्थपूर्ण, नम्र, मधुर, सर्वांना आवडणारे, हितकारी, स्पष्ट आणि संक्षिप्त असतील, तर ती एक प्रकारची ताकद आहे. असे शब्द म्हणजे जणू आपले मित्रच आहेत. पण, हेच शब्द अर्थहीन, बेकार, इतरांना दुखवणारे, कटू, उद्धट असतील, तर ती आपली कमजोरी असून ते आपले शत्रू आहेत, असे समजावे. त्यामुळे आपले खूप नुकसान होऊ शकते.

ज्या लोकांचे आपल्या शब्दांवर नियंत्रण नसते, त्यांना आयुष्यात अनेक अडचणींना सामोरे जावे लागते. इतर लोकांशी त्यांचे संबंध बिघडतात. सामाजिक जीवनात नात्यांमध्ये, ऑफिसमध्ये दररोज नवनव्या समस्या निर्माण होतात. त्यामुळे त्यांचे लोकांशी चांगले संबंध राहू शकत नाहीत. आवश्यकतेपेक्षा जास्त बोलले, तर त्या शब्दांचा प्रभाव आणि महत्त्व दोन्ही लय पावते. आपण दिवसभरात दहा हजार शब्द बोलत असाल, तर ते नऊ हजार शब्दांत कसे बसतील, हा प्रयत्न केला पाहिजे. शब्द कमी असतील, तर आपोआप मौन वाढेल. मौनाद्वारे आपल्याला स्वत:वर परतण्याची संधी मिळते, आपण स्वानुभवावर जाऊ शकतो.

प्रत्येक शब्द हा एक वीट अथवा दगड आहे. चुकीच्या शब्दांचा वापर करून आपण जणूकाही स्वत:चीच कबर खणत असतो. 'सकाळपासून रात्रीपर्यंत आपण कोणकोणते शब्द उच्चारतो, याचे भान आपल्याला नसते.' यासाठीच प्रत्येकाने शब्दांप्रति सजग राहायला हवे. आपण योग्य शब्दांची निवड केली, तर अल्प काळातच जीवनातील प्रत्येक स्तरावर आपली प्रगती होईल. मग ते स्वास्थ्य असो, नोकरी-व्यवसाय असो वा नातेसंबंध. संत तुकारामांनी तर शब्दाला धनाची उपमा दिली आहे. ते एका अभंगात म्हणतात, 'आम्हा घरी धन शब्दाचीच रत्ने, शब्देची गौरव पूजा करू।'

म्हणजेच 'शब्द हेच माझे धन आहे, त्यांचा गौरव करणे आणि त्यांची पूजा करणे माझे परम कर्तव्य आहे.'

यासाठी दिवसभर आपण कोणत्या विषयावर बोलतो, कोणत्या शब्दांचा वापर जास्त करतो, याकडे लक्ष द्यायला हवे. या अवलोकनामुळे तुम्ही सजग व्हाल! अजाणतेपणी तुमच्याकडून चुकीचे शब्द उच्चारले जात असतील, तर ते त्वरित बंद करा. शक्यतो बोलताना सकारात्मक आणि मधुर शब्दांचा वापर करा. मनुष्य शब्दांची निवड करताना जितका सजग असेल, तितकी त्याची जबाबदारी वाढते. त्यानंतर त्याचे शब्द इतरांसाठी उपहार बनतील. प्रत्येक मनुष्य असा जादूगार बनावा, की त्याचा परिणाम 'व्हाइट मॅजिक'प्रमाणे व्हावा. त्याच्या संपर्कात येणारा माणूस त्याच्या हृदयाच्या संपर्कात राहावा. तो 'ब्लॅक मॅजिक'प्रमाणे चुकीच्या गोष्टीत गुरफटू नये.

आता 'वाणीची शक्ती' जाणून घेऊ या, तुकाराम महाराजांच्या दृष्टिकोणातून –

जो माणूस मनाने निर्दयी, स्वभावाने असुर आणि सत्याची अजिबात पर्वा न करता व्यर्थ बडबड करत राहतो, असा मनुष्य कितीही उच्च कुळातील असो, तो परमार्थासाठी अपात्र ठरतो. परमार्थासाठी ईश्वरीय गुणांची नितांत आवश्यकता असते. जसे, काळे पितळ आणि पिवळ्या रंगाचे शुद्ध सोने या दोन्ही गोष्टी रंगावरून त्यांच्या स्वरूपाची ग्वाही देतात.[१]

एका अभंगात तुकाराम म्हणतात, 'ज्याप्रमाणे जास्त बोलणे वाईट, तसेच अतिशय कमी बोलणेदेखील वाईट. त्यामुळे लोक त्याला खोडकर किंवा मुका समजतात. म्हणून आवश्यक तेवढे बोलणेच योग्य समजले जाते.' ही बोलणे किंवा न बोलणे या संदर्भात एक नीती सांगितली आहे. जसे, सूर्योदयाच्या वेळी प्रकाशात अंधकार सामावला जातो आणि सूर्यास्ताच्या वेळी, प्रकाश अंधारात सामावला जातो. पण, दोन्हीमध्ये असणारा जो संधिकाळ आहे, तो मात्र समान आणि शाश्वत आहे.

जसे, झाडाचे बी पृथ्वीच्या पोटात रुजते आणि त्यातून झाड उगवते. पण, झाड आणि बी या दोन्हींचा दुवा असणारी पृथ्वी मात्र एकच आहे आणि मुख्य म्हणजे ती शाश्वत आहे. या दोन दृष्टान्तानुसार, आपले बोलणे किती आणि कसे असावे, हे समजते. या दोन्ही काळातील संधिकाळाप्रमाणे आपले आवश्यक तितके बोलणे व्यावहारिक आणि हितकर ठरते.[२]

संत तुकाराम एका अभंगात म्हणतात, 'ईश्वर आणि संतांच्या मनाचा आशय जाणून, त्यानुसार त्यांची सेवा करणे म्हणजेच परमार्थाची आवड. जो जिद्दी, स्वच्छंदी आणि दुराचारी असतो, तो चुकीची कामे करण्यास प्रवृत्त होतो. अप्रसन्न मनाने केलेले कुठलेच काम चांगले होत नाही. दुराग्रह तर शुद्ध वेडेपणा आहे. योग्य समज प्राप्त केल्याशिवाय दुराग्रहीने कितीही उच्च कोटीची कामे केली, तरी ती कुणाला आवडत नाहीत. हाच मोठ्यांचा सिद्धान्त आहे. थोड्याशा बोलण्यावरूनच माणसाची परीक्षा होते, तो समजूतदार आहे की दुराग्रही? म्हणून अधिक बोलण्याची अजिबात आवश्यकता नाही.'[३]

'लोकहो, आधी तुम्ही स्वतःचे रूप जाणून घ्या. आरशाला नावे ठेवून काय साध्य

---

१ आसुरी स्वभाव निर्दय अंतर । मानसी निष्ठुर अतिवादी । याति कुळ येथे असे अप्रमाण । गुणाचे कारण असे अंगी ।। काळेकुट्ट पितळ सोने शुद्ध रंग। अंगाचेच अंग साक्षी देते। तुका म्हणे बरी जातीसवे भेटी । नवनीत पोटी साठविले ।।

२ वचने ही नाड । न बोलते मुके खोड । दोही वेगळे ते हित । बोली अबोलणी नीत ।। अंधार प्रकाशी । जाय दिवस पावे निशी । बीज पृथ्वीच्या पोटी । तुका म्हणे दावी दृष्टि ।।

३ जीवीचे जाणावे या नावे आवडी । हेकड ते ओढी अमंगळ । चित्ताच्या संकोचे कांहीच न घडे । अतिशय वेडे चार तेचि ।। काळाविण काही नाही रुचो येत । करूनि संकेत ठेवियेला । तुका म्हणे कळे वचने चाचणी। काय बोलवूनि वेळोवेळा ।

होईल?' जगामध्ये फक्त मीच सुंदर आहे, इतर कुणी नाही, असे समजणे म्हणजे देहाची समरूपता होय. चांगुलपणा ही परमेश्वराची देणगी आहे. प्रखर शब्दरूपी बाणांच्या उच्चाराने प्रतिष्ठित व्यक्ती दुखावली जाऊ शकते. पण, जो असे शब्दबाण मुखावाटे सोडतो, त्याला या गोष्टीचा अजिबात अंदाज नसतो.' या वचनाचे अनेक अर्थ आहेत, पण त्याचा भावार्थ असा, की परमार्थात सत्याचा विचार केल्याशिवाय प्रवेश मिळू शकत नाही.'[४]

'ईश्वर माझ्यासाठी काहीतरी करत आहे, असा माझा विश्वास आहे म्हणूनच माझी निष्ठा परमेश्वरावर आहे. ज्याने या पृथ्वीला धारण केले आहे, तोच माझ्या वाणीला शब्द देत आहे. माझे हे अभंग म्हणजे केवळ बुद्धीने जोडलेली अक्षरे नाहीत. लोकांमध्ये माझी प्रतिष्ठा वाढावी, मला यश मिळावे म्हणून मी हे अभंग रचलेले नाहीत. जो विचारशील आहे, त्यालाच माझे बोलणे समजेल. ईश्वराच्या कृपेने माझ्यात भक्ती आणि प्रेमाचे स्रोत सतत वाहत आहेत. त्यामुळेच या अभंगांची निर्मिती झाली आहे.'[५]

शेवटी तुकाराम म्हणतात, 'इतरांचे नुकसान पाहून जो आनंदी होतो, तो मनुष्य पापी असतो. ज्याला उगाच क्रोध येतो, तो शेवटी नरकात जातो, हे तुम्ही चांगल्या प्रकारे जाणून घ्या. जो परनिंदा करतो आणि ऐकतो, तोसुद्धा एक पापीच असतो. ज्या मनुष्याचे वाणीवर नियंत्रण नसते, जो सतत अनावश्यक बोलत राहतो, तोदेखील पापीच असतो, असे समजावे.'[६]

मनन

१. तुमच्या बोलण्यातून असे कुठले शब्द निघतात, जे समोरच्या माणसाला दु:ख देतात? यापुढे तुम्ही शब्दांची निवड करताना सजग कसे राहाल?

२. तुम्ही सकारात्मक विचारांप्रति जास्त ग्रहणशील असता, की नकारात्मक? आजपर्यंत तुमच्या जीवनावर त्याचा कोणता परिणाम झाला आहे?

---

४ आपुल्याला तुम्ही रूपासी समजा । कासया वरजा आरसिया । हे तो नव्हे देहबुद्धिचे कारण । होईल नारायणे दान केले ।। अब्रूचिया बाणे वर्मासि स्पर्शावे । हे तो नाही ठावे मोकलित्या । तुका म्हणे बहु मुख या वचना । सत्याविण जाणा चाली नाही ।।

५ विश्वास तो देव । म्हूण धरियेला भाव । माझी वदवितो वाणी । जेणे धरिली धरणी ।। जोडिली अक्षरे । नव्हती बुद्धीच्या विचारे । नाही केली आटी । काही मानदंभासाठी ।। कोणी भाग्यवंत । तया कळे हे उचित । तुका म्हणे झरा । आहे मुळीचाचि खरा ।।

६ आणिकाच्या घाते । ज्यांची निवतील चित्ते । तेचि ओळखावे पापी । निरयवासी शीघ्रकोपी ।। जो कान पसरोनी । ऐके वदे दुष्ट वाणी । तुका म्हणे भांडा । धीर नाही ज्यांच्या तोंडा ।।

३. तुम्ही नकारात्मक विचारांप्रति ग्रहणशील असाल, तर त्यातून बाहेर येण्यासाठी आता तुम्ही कोणती पावले उचलाल?

४. तुम्ही लोकांच्या शब्दांमध्ये अडकून स्वत:चे नुकसान कधी करून घेता?

कार्ययोजना

तुमच्या मुखातून असे कोणते शब्द निघावेत, ज्याद्वारे समोरच्या मनुष्याचा दिवस आनंदात जाईल. मनन करून लिहा.

❑❑❑

अध्याय

२७

तेजुख

सुख-दुःखरूपी दोन पंख

'दु' म्हणजे वाईट आणि 'ख' म्हणजे विचार. जो विचार वाईट असतो, दुःखद असतो, त्याला म्हणतात दुःख! आणि जो विचार चांगला असतो, त्याला म्हणतात सुख! पण, या दोघांच्याही पलीकडे एक भाव आहे त्याला 'तेजुख' असे म्हणतात. तो कल्पनेच्याही पलीकडे आहे.

मग आता प्रश्न निर्माण होतो की, या दोहोंपलीकडे असलेली ही अवस्था कधी असते? याचे उत्तर पुढील प्रश्नात आहे, 'जेव्हा सुखही नसते आणि दुःखही नसते तेव्हा काय राहते?' जर आपण 'सुख-दुःख नाही आहे,' असे कागदावर लिहिले, तर त्याचा अर्थ होतो, दुःखही नाही आणि सुखही नाही, मग शिल्लक राहते केवळ 'आहे'. या आहेतच याचे उत्तर दडलेले आहे. दुःखातून मुक्त होण्याची प्रत्येक माणसाला इच्छा असते. परंतु, सुखातून मुक्त होण्याची कुणालाही इच्छा नसते. कारण सुख सर्वांना आवडते. त्यामुळे लोक, सुख-दुःखांपलीकडे असलेल्या 'तेजुख' या अवस्थेपर्यंत कधी पोहोचूच शकत नाहीत.

हेच दुसऱ्या शब्दांत असे सांगता येईल, जे विचार तुम्हांला विचारांतून मुक्त करतात, तेच तुमच्या कामाचे असतात. अन्यथा, मनुष्य नेहमी कल्पना आणि विचार यांच्यामध्ये गुरफटून शेखचिल्लीसारखा आनंद मिळवायचा प्रयत्न करत असतो. मात्र, जेव्हा त्याला समज मिळते, तेव्हा विचारांतून मुक्त होण्याची त्याला इच्छा निर्माण होते. त्यानंतर आपणदेखील अशी अवस्था प्राप्त करू शकतो, हा विश्वास त्याच्यात जागृत होतो. 'मला हे शक्य होईल का?' हा विचार मनुष्याच्या मनात निर्माण होताच ते प्रार्थनेचे रूप धारण करतात. भगवान बुद्धांच्या जीवनाचे अवलोकन केले तर समजेल, दुःखद विचार प्रार्थनेत रूपांतरित होतात आणि ते चमत्कार करतात. परंतु, त्याआधी एक आर्य सत्य समजून

घ्यायला हवे.

पहिले आर्य सत्य आहे 'दुःख आहे.' याचाच अर्थ, मनात जो काही विचार येतो, तो दुःख निर्माण करतो. भलेही त्यातून तुम्हांला काही सुखसुविधा मिळाली असेल. काही दुःखे त्वरित प्रकट होतात, तर काही कालांतराने! हाच काय तो फरक आहे. ही बाब जो मनुष्य पूर्ण सजगतेसह समजून घेईल, त्याच्या मनात 'सुखदेखील आसक्ती आणि मोह निर्माण करतो आणि सुखाचेदेखील दुःखातच रूपांतरण होते. मग यातून मुक्त होणेच श्रेयस्कर नाही का?' अशी शुभेच्छा जागृत होईल.

वास्तविक सर्व इच्छांचे दर्शन झाल्यानंतर मनुष्यात ही शुभेच्छा जागृत व्हायला हवी, 'एखाद्या माणसाने जर ही अवस्था प्राप्त केली आहे, तर मलादेखील ती प्राप्त करायची आहे.' मग, हाच विचार तुमच्या सभोवताली अनुकूल वातावरण तयार करेल. त्याद्वारे, तुम्हांला तसे संकेत मिळतील आणि तुम्ही सत्य जाणाल. जे सजग बनतात, त्यांना सुख आणि दुःख यांपलीकडील गोष्टी आवडू लागतात. अन्यथा सुखाची आसक्ती आणि सुख जाण्याचे भय माणसात संभ्रम निर्माण होतो. मात्र, तुम्ही सुख आणि दुःख या दोहोंची सीमारेषा ओलांडून तटस्थपणे त्याकडे पाहू शकाल.

जीवनात सुख-दुःख येत जात राहते. परंतु, आपण मात्र या दोहोंतून आनंद मिळवायला हवा. त्यासाठीच या दोहोंपलीकडे जाणे आवश्यक आहे. विचार जर दुःखद असतील, तर त्यापासून मुक्त होण्याचा मार्गदेखील असायला हवा ना? कारण असेल तर त्याचे निवारणदेखील असेल! विचार आणि कल्पनांपासून मुक्त अशी अवस्थादेखील असेल. यासाठी आवश्यकता आहे, ती पूर्णतः प्रामाणिकपणे शोध घेण्याची.

तुमचे शरीर तयार असेल, तर मुक्तीचे कार्य शंभर पटींनी वाढते. उदाहरणार्थ, कुऱ्हाडीला धार नसेल, तर लाकूड कापण्यासाठी मनुष्याला शंभर पट अधिक मेहनत करावी लागते. अगदी याचप्रमाणे मन आणि शरीर ही अशी यंत्रे आहेत, ज्यांना तयार केल्याशिवाय, तुम्ही जप-तप केले, तर अपेक्षित परिणाम मिळत नाही. याउलट, जेव्हा आपण सत्य श्रवण, ध्यानसाधना करतो, मूळ गोष्ट समजून घेतो तेव्हाच कुऱ्हाडीला धार लागते. तात्पर्य, समजेसह केलेल्या छोट्या प्रयोगांनीदेखील प्रभावशाली परिणाम मिळतात.

आता आपण संत तुकारामांचा सुख-दुःख यांविषयीचा दृष्टिकोण समजून घेऊ या. 'आपले चित्त जर परमार्थासाठी अनुकूल असेल, तर परमार्थ अतिशय सहज सरळ आहे. ज्यांच्या अंतःकरणात कोणत्याही विषयाने सुख वा दुःख निर्माण होत नाही, ते पांडुरंगाचे स्वरूप प्राप्त करून धन्य होतात. चित्त अनुकूल होणे आणि सर्व प्रकारच्या संभ्रमाचा त्याग करणे या बाबीच सर्व साधनांचे सार आहेत. याशिवाय वेगळ्या साधनांची आवश्यकता भासत नाही. तात्पर्य, प्रपंच मिथ्या आहे, हे जाणा आणि देहासंबंधी जो अहंकार आहे

त्याचा त्याग करा.[१]

'मी अशा ईश्वराचा दास आहे, ज्याची कोणतीही इच्छा नाही आणि जो सुख आणि दुःख या द्वंद्वापलीकडे आहे. तो चंद्रभागेच्या तीरावर कमरेवर हात ठेवून उभा आहे. तो आर्त प्रार्थना करताच क्षणाचाही विलंब न लावता भक्तांसाठी धावतपळत येतो. त्यालाच माझी चिंता आहे आणि तोच माझा हितचिंतक आहे. अशाच ईश्वराचे गुणगान मी काव्यरूपात करेन आणि त्याच्यशिवाय मनात इतर कोणताही विचार करणार नाही.'[२]

पुढे तुकाराम आपल्या अभंगात म्हणतात, 'ज्या कारणामुळे नारायणापासून वियोग होतो, त्याला जर आईवडील कारणीभूत असतील, तर वेळप्रसंगी त्यांचादेखील त्याग करणे आवश्यक ठरते. मग स्त्री, मुलगा, धन हे तर त्याच्यासमोर काहीच नाही. कारण हे सर्व जण मनुष्याला दुःख उपभोगायला भाग पाडतात. हे सर्व शत्रू आहेत म्हणून यांचा त्याग करायलाच हवा. ज्याप्रमाणे भक्त प्रल्हादाने त्याच्या वडिलांचा, बिभीषणाने त्याच्या भावाचा, राजा भरताने त्याच्या राज्याचा आणि आईचा त्याग केला. सर्व धर्म हरिचरणी असल्याने त्याच्या प्राप्तीविना अन्य सारे उपाय दुःखाचे कारण ठरतात.'[३]

'देवा, मी खूप विचार करून या निष्कर्षाला आलो आहे, की तुझ्याच चरणी भवसागर पार करण्याची ताकद आहे. म्हणूनच मी तुझ्या चरणांवर समर्पित झालो आहे. तुझ्या चरणी जे सुख आहे, ते कशातच नाही, तुझ्या चरणसुखाचे वर्णन करणे अशक्य आहे. तुझे चरण हृदयी धारण करणे हे दुःखातून मुक्त होण्याचे आणि सुखप्राप्तीचे रहस्य मला गवसले आहे.[४]

संत तुकाराम म्हणतात, 'संसारातील असंख्य आणि असह्य दुःखांना पाहून खूप भीती वाटते आणि जाणवते, की यातून आपली सुटका नाही. अशा प्रकारे, मी या यातनाचक्रात अडकून भयभीत झालो आहे. त्यातून सुटण्यासाठी देवा, मी आता तुला साद घालत आहे. तू जिथे असशील तेथून त्वरित माझ्याकडे ये.'[५]

---

१ थोडे आहे थोडे आहे । चित्त साह्य झालिया । हर्षामर्ष पाही अंगी । पांडुरंगी सरले ते ।। अवघ्या साधनांचे सार। न लगे फार शोधावे । तुका म्हणे लटिके पाहे । सांडी देह अभिमान ।।

२ मी दास तयाचा जया चाड नाही । सुख दुःख दोहा विरहित जो। राहिलासे उभा भीवरेचे तीरी । कर दोही करी धरोनिया ।। नवल काय तरी पाचारिता पावे । न त्वरित धावे भक्तिकाजे । सर्व भार माझा त्यासी आहे चिंता । तोचि माझा दाता स्वहिताचा ।। तुका म्हणे त्यास गाईन मी गीती । आणीक ते चित्ती न धरी काही ।।

३ जेणे घडे नारायणी अंतराय । होत बाप माय वर्जावी ती । येर प्रिया पुत्र धना कोण लेखा । करिती ती दुःखा पात्र शत्रू ।। प्रल्हादे जनक बिभीषणे बंधु । राज्य माता निंदु भरते केली । तुका म्हणे सर्व धर्म हरिचे पाय । आणिक उपाय दुःखमूल ।।

४ भवसिंधूचे हेचि तारू । मज विचारू पाहाता । चित्ती तुझे धरिन पाय । सुख काय ते तेथे ।। माझ्या खुणा मनापाशी । ते या रसी बुडाले । तुका म्हणे वर्म आले । हाता भले हे माझ्या ।।

'या मायारूपी संसारात प्रत्येक जीव दुःखी आहे, म्हणून हा संसार ज्ञानाच्या माध्यमातून जागृत करणे गरजेचे आहे. या संसारात स्त्री-पुरुष हा भेद स्वतः पावले उचलल्याशिवाय काही कमी होणार नाही. विपरीत द्वैत भावनेने भीती निर्माण झाली आहे, तू परब्रह्म आहेस, म्हणून अविद्यारूपी निद्रेचा नाश करून आत्मज्ञानाने जागृत हो.'[६]

तुकाराम म्हणतात, 'आधी जेव्हा मला हे माहीत नव्हते, तेव्हा मी सारे काही भोगले, पण आता मी सर्व जाणले आहे, तेव्हा विनाकारण अंध होऊन का जगू? आता सगळे काही मी हरीवर सोपवून टाकतो. दुसरा काही पर्याय शोधायच्या भानगडीत मी पडणार नाही. ब्रह्मांड चालवणारा जो कोणी असेल तो आपण हाक मारताच अवश्य प्रतिसाद देईल. त्यानेच आपल्यात विकार उत्पन्न केले आहेत, ही सर्व त्याचीच लीला आहे.'[७]

'आम्हा हरिदासांसाठी दाही दिशा शुभ झाल्या आहेत, अशुभकालही शुभ, मंगल झाला आहे. ज्याप्रमाणे, हातातल्या दिव्याने अंधार दूर होऊन प्रकाश पसरतो आणि अंधार कसा असतो, हेदेखील कळत नाही, त्याचप्रमाणे हरिनामाच्या प्रभावाने अशुभाचे शुभ झाले आहे. दुःख आणि सुख या दोन्ही गोष्टी सारख्या आहेत. जे दुःख आहे ते सुख बनले आहे आणि जो आघात होता तो हितकर व फळ देणारा झाला. आता आमच्यासाठी सारे जीवजंतू प्रेमाचा विषय बनले आहेत.[८]

'खरेतर मनुष्याचे गुणदोषच त्याच्या सुख-दुःखाचे कारण बनतात. विंचवाच्या नांगीमध्ये विष असते, म्हणून विंचू दिसताच लोक त्याला मारू इच्छितात. अर्थात, त्याचे विषच त्याच्या दुःखासाठी कारणीभूत ठरते. आपले गुणदोषयुक्त मनच आपला मित्र अथवा शत्रू आहे, असा विचार सर्वांनी करायला हवा. पोपट अगदी गोड बोलतो म्हणून लोक त्याला जवळ ठेवतात आणि तोदेखील माणसाच्या अंगाखांद्यावर खेळत असतो. रेड्यामध्ये कोणतेही गुण नाहीत आणि दोषही नाहीत. त्यामुळे त्याला पोपटासारखे सुख मिळत नाही

---

५ भय वाटे पर । न सुटे हा संसार । ऐसा पडिलो कारणी । करी धांवा म्हणउनि ।। विचारिता काही । तो हे मन हाती नाही । तुका म्हणे देव ।। येथे न पुरे रिघावा ।।

६ कौतुकाची सृष्टी । कौतुकेचि केले कष्टी । मोडेतरी भले खेळ । फाके फंकिल्या कोल्हाळ ।। जाणणियासाठी । भय सामावले पोटी । तुका म्हणे चेता। होणे तें तूचि आयता ।।

७ बहुत सोसिले मागे न कळता । पुढती काय आता अंध व्हावे । एकाचे अंगी हे ठेवावे लावून । नये भिन्नभिन्न चाचपडो ।। कोण होईल तो ब्रह्मांडचालक । आपणचि हाक देईल हाके । तुका म्हणे दिली चेतवूनि सुनी । कौतुकावाचुनि नाहीं छळ ।।

८ शुभ झाल्या दिशा अवघाचि काळ । अशुभ मंगळ मंगलाचे । हातीचिया दीपे दुराविली निशी । न देखिजे कैसी आहे तेहि ।। सुखदुःखाहूनि नाही विपरित । देतील आघात हित फळे । तुका म्हणे आता आम्हासी हे भले । अवघेचि झाले जीवजंतु ।।

आणि विंचवासारखे दुःखही मिळत नाही. सुख आणि दुःख दोन्हीही त्याच्यापासून दूर राहतात.'[९]

'देवा, तुझे नावच माझे बळ आहे. हे नाव घेण्याशिवाय आम्ही काहीच करू शकत नाही. सुख, दुःख, रोग, पीडा आणि भोग हे प्रत्येकाला त्याच्या शरीराच्या भोगाप्रमाणे भोगावे लागतात. आपल्याला इतरांशी काही घेणेदेणे नाही. हे भगवान, केवळ तुझ्या चरणात माझे सुख सामावलेले आहे.'[१०]

''तुझे कल्याण होवो' या एका आशीर्वादाने माझ्या सुखाचे आणि दुःखाचे द्वंद्व पूर्णपणे नष्ट होते. नारायणाने अंतःकरणपूर्वक प्रेम करून माझी सांत्वना केली आहे. आता माझी सारी चिंता नष्ट झाली आहे. मी नारायणाला स्मरले म्हणूनच माझे हित मला समजले.'[११]

संत तुकाराम म्हणतात, 'नारायण नावाचे औषध प्राशन करायचे कुणाच्याही लक्षात राहत नाही. या औषधाने सांसारिक रोग दूर होतात आणि त्यानंतर कधीही दुःखाचा अनुभव होत नाही. हे औषध प्राप्त करण्यासाठी कोणतेही कष्ट घेण्याची गरज पडत नाही. या औषधामुळे पोटात कोणतीही बाधा होत नाही. या औषधाने मोक्ष प्राप्त होतो आणि मोक्षासाठी हरी आणि गुरू यांची सत्वर कृपा होते. जन्म-मरणाचे दुःख कमी होते. त्रिगुणाचे जाळे नष्ट होते. अशा नारायण नावाच्या औषधाचा लाभ कित्येक लोकांना झाला आहे.'[१२]

'आम्ही नेहमी ईश्वराचे नामस्मरण, उच्चारण करतो आणि त्याच्या गुणांची, लीलेची महिमा गात असतो. त्यामुळे आमच्या मनाला नेहमी समाधान मिळते. आम्ही सुख, आनंद आणि प्रेमरूपी दागिने परिधान करून आनंदाने भयमुक्त, चिंतामुक्त होऊन नृत्य करतो. या आनंदाच्या अनुभवात इतके तल्लीन झालो आहोत, की आम्ही देहभान पूर्णतः विसरून गेलो आहोत. या शरीरात राहूनच त्या आनंदाची अनुभूती घेत आहोत. या आनंदात राहून

---

९ विंचा पीडी नांगी । ज्याचा दोष त्याचे अंगी । केला पाहिजे विचार । मन मित्र दावेदार ।। मधुरा उत्तरी । रावा खेळे उरावरी । तुका म्हणे रेडा । सुखे जाती ऐसा पीडा ।।

१० आम्हासी सकळ । तुझ्या नामाचेचि बळ। करू अमृताचे पान । दुजे नेणो काही आन ।। जयाचा जो भोग । सुख दुःख पीडा रोग । तुका म्हणे देव ।। तुझे पायी माझा हेवा ।।

११ कल्याण या आशीर्वादे । जाती द्वंद्वे नासोनि । आश्वासिले नारायणे । प्रेमदाने अंतरीच्या ।। गेली निवारोनी आता। सकळ चिंता यावरी । तुका म्हणे गाता गीत । आले हित सामोरे ।

१२ नारायणा ऐसा । सेवू नेणतील रसा । जेणे भव्यव्याधि तुटे । दुःख मागुते न भेटे । नलगे काही आटी । बाधा राहो न शके पोटी ।। कैवल्य ते जोडे । कृपा लवकरी घडे । जन्म मरण दुःख आटे । जाळे अवघेचि तुटे ।। तुका म्हणे झाला । याचा गुण बहुताला ।

आम्ही अगदी अग्नीप्रमाणे बनलो आहोत. आता मानसन्मान, सुख-दु:ख आमच्यापर्यंत पोहोचतच नाही.[१३]

मनन प्रश्न

१. 'तेजुख' या शब्दावर मनन करून तुमच्या शब्दांत त्याचा अर्थ लिहा.

२. तुम्ही सुख आणि दु:ख यांचा खेळ कशा प्रकारे पाहता?

३. मुक्तीची अवस्था प्राप्त करण्यासाठी तुमचे शरीर आज कितपत तयार झाले आहे?

कार्ययोजना

'तेजुख' ही अवस्था प्राप्त करण्यासाठी तुम्ही कोणती महत्त्वपूर्ण पावले आजपासूनच उचलाल?

❑❑❑

---

१३ सदा नाम घोष करू हरी कथा । तेणे सदा चित्ता समाधान । सर्व सुखे ल्यालो सर्व अलंकार । आनंदे निर्भर डुल्लतसो ।। असो ऐसा कोठे आठवची नाही । देहीच विदेही भोगु दशा । तुका म्हणे आम्ही झालो अग्नीरूप । लागो ने दु पाप पूज्य अंगा ।।

अध्याय

२८

तेजसंसारी बना

मध्यम मार्ग निवडा

पूर्वीच्या काळी गुरू-शिष्य परंपरेत, शिष्य गुरूंकडे शिकायला जात आणि त्यांच्या आश्रमातच राहत असत. तेथे शिष्यांना अंतिम सत्याचे ज्ञान दिले जात असे. ऋषिमुनी तेजसंसारी होते. आश्रमात राहणाऱ्या शिष्याला ऋषी व ऋषी-पत्नी या दोघांचे जीवन पाहून तेजसंसार म्हणजे काय, हे समजत असे. म्हणूनच वयाच्या पंचविसाव्या वर्षी शिष्य विद्या ग्रहण करून, गृहस्थाश्रमात प्रवेश करण्यासाठी पूर्णतः तयार होत. त्यानंतर योग्य समजेसह ते तेजसंसारी बनण्यास सिद्ध होत असत.

कालांतराने साधू म्हणजे ब्रह्मचर्य पाळणारा संन्यासी. असा संन्यासी जो वैवाहिक बंधनात न अडकता फक्त ईश्वराची आराधना करतो, अशी लोकांची धारणा बनली. अशा प्रकारे लोकांनी अर्धवट सत्यालाच पूर्ण सत्य मानून ते या धारणेत अडकले.

भगवान बुद्ध, भगवान महावीर यांसारख्या महान व्यक्तींनी संसारात अडकणाऱ्या लोकांना कर्मकांड करताना पाहून, लोकांना भिक्षू बनून संन्यास घ्यायला सांगितले. या मार्गाचे खूप लोकांनी आचरण केले आणि त्यातूनच एक नवी प्रथा जन्माला आली. मग लोक, 'भिक्षू' बनून दीक्षा घेऊन संसारातून मुक्त झाले.

एक कालखंड उलटल्यावर, गुरू नानक आणि संत कबीर यांनी पाहिले, की लोक संन्यासी बनूनदेखील कर्मकांड, दुराभिमान आणि पाखंडीपणा यातच अडकलेले आहेत. मग त्यांनी परत तेजसंसारी बनण्याचे महत्त्व लोकांना सांगायला सुरुवात केली. अशा प्रकारे, प्रत्येक वेळी काळानुसार काहीतरी बदल घडत गेले. मात्र, आज संपूर्ण विश्वाला तेजक्रांतीची गरज आहे. याचाच अर्थ, संन्यासी आणि संसारी या दोन्ही जीवनपद्धतींचा समतोल साधून तेजसंसारी बनायचे आहे.

संसारात राहणे आवश्यक आहे. कारण इथे आपला अभ्यास होतो. हा संसार म्हणजे जणू अभ्यासाचे मैदानच आहे. याच मैदानावर सराव करून सत्याचा मार्ग गवसतो. खरेतर तो प्राप्त करण्यासाठीच तुमचा जन्म या पृथ्वीवर झाला आहे. सत्य प्राप्त केल्यानंतरच या जीवनाचा मूळ उद्देश काय, हे तुम्हांला समजेल. त्याचा मुख्य हेतू कूल-मूल-लक्ष्य (आत्मसाक्षात्कार) प्राप्त करणे हाच आहे; आणि तो मिळाल्याशिवाय आपण पुढे जाऊच शकत नाही! कारण आपले जीवन केवळ पृथ्वीवरच समाप्त होत नाही.

लोकांच्या जीवनात नातेसंबंध यासाठीच असतात, की त्याद्वारे मनुष्याने परस्परांवर विश्वास ठेवायला शिकावे, प्रेम करायला शिकावे. नात्यात थोडे जरी प्रेम प्रकटले तरी मनुष्याला आनंद होतो. त्यानंतर पूर्ण आनंद प्रकट व्हावा अशी इच्छा निर्माण होते. मग त्याला आनंदाचा स्वाद मिळू लागतो. परंतु, तो मोहमायेत फसत गेल्याने आपला मूळ उद्देशच विसरून जातो.

तेजसंसारी माणूस समस्येचा लाभ घेणेही योग्य प्रकारे जाणतो. संत तुकारामांनीदेखील असा लाभ घेतला. संत तुकाराम गरजवंताला अगदी सहजपणे मदत करत असत. ते स्वत:ची गरज बाजूला ठेवून नेहमी इतरांची मदत करत असत. म्हणून त्यांची पत्नी त्यांना सतत रागवत असे.

संत तुकाराम, त्यांना मिळालेले पैसे त्यांच्या पत्नीला द्यायचा सदैव विचार करत असत. पण, घरी जात असताना, रस्त्यात कोणी गरजू दिसला, तर ते लगेच त्याला सर्व पैसे देऊन टाकत. कारण त्यांचे मन सदैव प्रेम आणि करुणा यांनी व्यापलेले असे. कुणाचे दु:ख ऐकले तर ते विदीर्ण होत. आता पत्नी आपल्याला रागवेल, हे त्यांना आधीच माहीत असायचे. पण, तरीही ते मदत करत आणि पत्नीची बोलणीदेखील खात असत. ते त्यांच्या कथांमध्ये सांगत, 'बरे झाले अशी बायको मिळाली, तिच्यामुळेच मला लवकर साक्षात्कार झाला.' याचा अर्थ, तुम्हीसुद्धा अशी बायको मिळावी, ही प्रार्थना करा असा अजिबात नाही. समस्येकडे सकारात्मक नजरेने कसे पाहायचे, हे या उदाहरणावरून लक्षात येते.

सॉक्रेटिसांची पत्नी त्यांच्या शिष्यांसमोर त्यांना वाटेल ते बोलत असे, एवढेच काय; पण त्यांच्या अंगावर कचराही टाकत असे. तेव्हा ते आपल्या शिष्यांना सांगत, 'बरे झाले अशी पत्नी मला मिळाली. मी काही चुकत तर नाही ना, याची ती शहानिशा करते, माझी परीक्षा घेते. ज्याप्रमाणे कुंभार आपली मडकी कच्ची तर राहिली नाहीत ना, हे ठोकूनठाकून पाहतो, अगदी त्याचप्रमाणे माझी पत्नीदेखील मला तपासून पाहत असते.'

इथे हे केवळ एक उदाहरण म्हणून सांगितले आहे. याचा अर्थ असा नाही, की तुम्ही असे नातेवाईक मिळण्याची प्रार्थना करा. तुमच्या जीवनात चुकीच्या माणसांना कधीही आकर्षित करू नका. समजूनउमजून चांगल्या व्यक्तींना तुमच्या जीवनात स्थान द्या.

चुकीचे लोक आलेच, तर दुःख करण्यापेक्षा ते एक निमित्त आहे, अशी समज बाळगून त्यांच्याकडे पाहा.

तेजसंसारी बनण्यासाठी सत्य श्रवण आणि ध्यान या दोन मार्गांचा अभ्यास करणे अतिशय महत्त्वाचे आहे. त्यांच्या साहाय्याने लवचीक बनणे, इतरांचा दृष्टिकोण जाणून त्यांना समजून घेणे, हे गुण आत्मसात करणारा मनुष्य तेजसंसारी बनू शकतो. मनुष्याची बुद्धी लवचीक असेल, तर तो समोरच्या माणसाचा दृष्टिकोण अगदी सहजपणे समजून घेऊ शकेल.

पृथ्वी हे आपले धडे शिकण्याचे मैदान आहे, याचे ज्ञान तेजसंसारी मनुष्याला असते. ही त्याच्यासाठी एक व्यवस्था असते. तो याचा लाभ घेतो, पण त्यात अडकत नाही. चुकीच्या सवयी आणि वृत्तींपासून मुक्त होऊनच आपल्यातील सर्व शक्यता खुलतात. याची जाणीव तेजसंसारी माणसाला चांगल्या प्रकारे असते. तो स्वतः आनंदी असतो म्हणून तर तो त्याच्या कुटुंबालादेखील आनंदी ठेवू शकतो.

संत तुकारामांच्या दृष्टिकोणातून तेजसंसारी

संत तुकाराम म्हणतात, 'आपण जर आपल्या शरीराकडे आदराने पाहिले, तर आपल्याला हे जाणवेल, की आपले शरीर हे इतर प्राणिमात्रांप्रमाणे शूद्र नाही. या मानवी देहातून साऱ्या सुखांची प्राप्ती होते आणि त्याचे साधन आहे हरिनाम. जेव्हा द्वैत दूर होते, तेव्हाच ब्रह्माचा साक्षात्कार होतो आणि शरीरदेखील ब्रह्मरूप होऊन जाते. जे लोक कर्माचा अहंकार बाळगतात, कर्मफळाच्या इच्छेने यज्ञ, तप, षट्कर्म पूजाअर्चा, चंद्रायण व्रत करतात, ते हरिप्राप्तीच्या पुण्यापासून वंचित राहतात. संसारी सुखाचा भ्रम दूर ठेवून पाहा, सर्व गोष्टी लगेच लक्षात येतील.'[१]

'ज्याच्या मनात स्त्री आणि धन याविषयी विचार येत नाहीत, त्याने संसाररूपी विचार कधीच सोडले आहेत, असे समजावे. ज्याच्या चित्तामध्ये चांगले किंवा वाईट संकल्प निर्माण होत नाहीत, त्याला महापुरुष समजावे. तो जनार्दनरूपी असून, सुख-दुःखाच्या चक्रात अडकत नाही. ज्याने आपले संपूर्ण शरीर परमेश्वराला अर्पण केले आहे, त्याच्या मनात कुठल्याच प्रकारचा भेदभाव राहत नाही.'[२]

---

१ देह हा सादर पाहावा निश्चित । सर्व सुख एथे नाम आहे । ब्रह्म जे देखणे द्वैत जेव्हा गेले । शरीर ते जाले ब्रह्मरूप ।। यजन याजन तप व्रते करिती । विकल्पे नागविती शुद्ध पुण्या । तुका म्हणे सर्व सुख एथे आहे । भ्रांति दूर पाहे टाकुनिया ।।

२ संवसार तीही केला पाठमोरा । नाही द्रव्य दारा जया चित्ती । शुभाशुभ नाही हर्षामर्ष अंगी । जनार्दन जगी होऊनि ठेला ।। तुका म्हणे देह दिला एकसरे । जयासि दुसरे नाही मग ।

यात सीमित आहारविहार वा अष्टांग योगसाधना करण्याची आवश्यकता नसते. 'नारायणाने अत्यंत सोपी आणि महत्त्वाची साधना सांगितली आहे, ती म्हणजे 'कलियुगात नामस्मरण करा.' या एका गोष्टीमुळे तुम्हांला नारायणाची प्राप्ती होईल. नामसंकीर्तनासाठी संसाराचा त्याग करण्याची अजिबात आवश्यकता नसते. त्यात दंड अथवा भस्म याचीदेखील आवश्यकता नसते. नामसंकीर्तनाशिवाय इतर सर्व साधने मला व्यर्थ वाटतात.'[३]

तुकाराम म्हणतात, 'वास्तविक, संसारात सुख हे बाजरीच्या दाण्याइतके असते आणि दुःख पर्वतासारखे विशाल असते, ही बाब सतत लक्षात ठेवा आणि संतवचनांना प्रमाण माना. शंभर वर्षांचे अर्धे आयुष्य रात्रींमध्ये व्यतीत होते. उरलेली पन्नास वर्षे बाल्यावस्था, वृद्धावस्था आणि रोगांमध्ये व्यतीत होतात. मग संतवचनांचे अनुसरण आणि हरिभजन कधी कराल? अरे मूर्खा, एकदा जीवन संपुष्टात आल्यानंतर जन्ममरणाच्या चक्रात अडकून जाल.'[४]

'जो भक्त संसारातील आसक्तीचा त्याग करतो, त्याचीच भक्ती ईश्वराला जास्त आवडते. अगदी कुठलीही परिस्थिती असो, भक्त स्वतःला नेहमी आनंदित आणि समाधानी ठेवतो. दुःखी घटनेचा विचार करून पदरात केवळ दुःखच पडते. आत्ता जे फळ आपल्याला मिळत आहे, ते आपल्या मागच्या कर्मांचे फळ आहे. आपण आपला संसार ईश्वराला समर्पित करून टाकला, तर संसाराचे जे ओझे भासत आहे, त्यापासूनही मुक्त होऊ शकाल.'[५]

तुकाराम म्हणतात, जो कुठलेही कपट मनात न ठेवता व्यापार, नोकरी आणि उद्योग करून धन कमावतो आणि खर्च करताना कुठलीही आसक्ती न ठेवता खर्च करतो, तो नेहमी समाधानी असतो, प्रगतीच्या मार्गावर असतो. जो नेहमी परोपकार करतो, मुखाद्वारे कुणाची निंदा करत नाही, परस्त्रीला माता अथवा बहीण मानतो, विश्वातील सर्व प्राणी, पशू यांच्याबद्दल दयाभाव बाळगतो, त्याचा कुणीही शत्रू नसतो. तो अशा वागण्याने आपल्या

---

३ युक्ताहार न लगे आणिक साधने । अल्प नारायणे दाखविले । कलियुगामाजी करावे कीर्तन । तेणे नारायण देईल भेटी ।। न लगे लौकिक सांडावा वेव्हार । घ्यावे वनांतर भस्म दंड । तुका म्हणे मज आणिक उपाव । दिसती ते वाव नामेवीण ।।

४ सुख पाहता जवापाडे । दुःख पर्वताएवढे । धरी धरी आठवण । मानी संतांचे वचन ।। नेले रात्रीने ते अर्धे । बाळपण जरा व्याधे । तुका म्हणे पुढा । घाणा जुंतीजसी मूढा ।।

५ हेची थोर भक्ती आवडते देवा । संकल्पावी माया संसाराची । ठेविले अनंते तैसेचि रहावे । चित्ती असु द्यावे समाधान ।। वाहीला उद्वेग दुःखची केवळ । भोगने ते फळ संचिताचे । तुका म्हणे घालु तयावरी भार । वाहु हा संसार देवा पायी ।

घराण्याचे नाव कमावतो. त्याची ताकद वाढून तो संसारात राहूनदेखील विरक्तीचे जीवन जगत असतो.[६]

मनन प्रश्न

१. 'तेजसंसारी' ही संकल्पना तुम्हांला कितपत समजली आहे? मनन करून तुमच्या शब्दांत त्याबद्दल लिहा.

२. संसाराच्या निर्मितीमागे जे उद्दिष्ट आहे, ते प्राप्त करण्यासाठी तुम्ही कुठली महत्त्वपूर्ण पावले उचलाल?

३. संसारात राहून स्वानुभव प्राप्तीसाठी तुम्ही काय कराल?

४. जीवनात येणाऱ्या प्रसंगांना तुम्ही कसे तोंड देता, त्यातून कोणता लाभ घेता?

कार्ययोजना

निरंतर सत्य श्रवण आणि ध्यान करण्यासाठी निश्चित कार्ययोजना आखा.

❑❑❑

---

६ जोडोनिया धन उत्तम व्यवहारे । उदास विचारे वेच करी । उत्तमची गती तो एक पावेल । उत्तम भोगील जीव खाणी ।। परउपकारी नेने पर निंदा । परस्त्रिया सदा बहिणी माया । भूतदया गायी पशुंचे पालन । तान्हेल्या जीवन वनामाजी ।। शांतीरूपे नव्हे कोणाचा वाईट । वाढवी महत्त्व वडिलांचे । तुका म्हणे हेची आश्रमाचे फळ । परम पद बळ वैराग्याचे ।।

अध्याय
२१

एकविसाव्या शतकात संत तुकारामांची शिकवण

सापाला शिडी बनवा

आज आपले जीवन तणावपूर्ण, स्पर्धेचे आणि अति व्यस्त झाले आहे. वैमनस्य, ईर्ष्या, लोभ, क्रोध, मोह, हे सारे विकार जीवनाचे अविभाज्य भाग झाले आहेत. जवळजवळ सर्व ठिकाणी द्वेष, कलह आणि तिरस्काराच्या ज्वाळा दिसत आहेत. भावाभावांत, वडील-मुलामध्ये, आई-मुलीत, सासू-सुनांमध्ये, आई-मुलामध्ये, मित्रामित्रांत शत्रुत्व, शेजाऱ्यांशी स्पर्धा... असे दृश्य सर्वत्र दिसत आहे.

हे काय चालले आहे आपल्या पृथ्वीवर? जी पृथ्वी स्वर्ग होऊ शकत होती, तीच आज नरकयातना भोगत आहे. जिथे प्रेमाची फुले फुलू शकली असती, अशा ठिकाणी आज जागोजागी द्वेषाचे काटे लांबवर पसरलेले दिसत आहेत. जिथे सुरस जीवन असायला हवे होते, तिथे नीरसता आहे. जिथे उत्सव असायला हवा, तिथे निराशा आणि नीरसता आहे. जिथे करुणेचा वर्षाव व्हायला हवा, तिथे काम, लोभ आणि क्रोध यांचा अग्नी भडकला आहे!

मनुष्य वगळता आज संपूर्ण सृष्टीत एक तृप्तता, संतुष्टी आहे, संपूर्ण सृष्टी सेलिब्रेशन करताना दिसत आहे, पक्षी गात आहेत, झाडाला फुले येत आहेत, ढग बरसत आहेत, पाऊस पडत आहे, नद्याही वाहत आहेत, वाराही वाहत आहे, सूर्य उगवत आहे, चंद्र-तारेही चमकत आहेत. हे सारे पाहिले की संपूर्ण सृष्टीत उत्सव चालू आहे, असेच भासते. पण, माणूस मात्र असंतुष्ट आणि अतृप्त आहे. काय झाले आहे माणसाला? त्याच्याकडून आनंदाची अभिव्यक्ती का होत नाही? कशाची शिक्षा मिळत आहे त्याला? भगवंताच्या विश्वातून (तेजस्थान, स्वर्ग) असा हद्दपार का झाला आहे? खरेतर या साऱ्या परिस्थितीला तो स्वतःच जबाबदार आहे.

लोक म्हणतात, काशी हरिद्वारला जाऊन मन:शांती मिळते; पण वास्तविक हे सत्य नाही. कारण 'हरी'कडे नेणारे 'द्वार' आपल्या हृदयातच आहे. आपले शरीर हेच हरीचे द्वार आहे. पण, या दाराला कुलूप लावलेले आहे, विकारांचे, धारणांचे! मग आता कसे भेटता येणार आपल्यात स्थित असलेल्या हरीला? कसे उघडणार हे दार? कसे उघडणार हे कुलूप? कुठे असेल या कुलपाची किल्ली?

हे कुलूप आणि दार उघडेल ते घटनांप्रति सजगता येण्याने, इतरांप्रति स्वीकारभाव निर्माण होण्याने. कारण अस्वीकार नरक निर्माण करतो, तर स्वीकृती स्वर्गाची निर्मिती करते! लोकांनी अपमान केला, शिव्या दिल्या तरी त्यांचा स्वीकार करता यायला हवा. जसे, घडलेल्या प्रत्येक सुखद आणि दु:खद घटनेलाही तुकारामांनी विठ्ठलाचा प्रसाद समजून ग्रहण केला. तुकोबांचे आयुष्य आणि विचार एकविसाव्या शतकातही केवळ भक्तिपूर्ण आणि सत्यात स्थापित होण्याचे संकेत देतात. लोभ, मोह हे सापशिडीच्या खेळातले साप असतील, तर त्याची शिडी करून सत्याचा ठाव घेण्यात संत तुकारामांचे चरित्र आपणास प्रेरणादायी ठरू शकते. वासनेला उपासनेत बदलण्याचे सामर्थ्य त्यांच्यापाशी होते.

वासना अशी गोष्ट आहे, जी प्रपंचात किंवा संसारात साधकाला त्रासदायक ठरू शकते. परंतु, या वासनेत दडलेली, सामावलेली शक्ती ओळखता आली पाहिजे. तुकारामांनी ती जाणली आणि जोखलीही. त्यामुळे सत्याचा शोध घेताना ती सतत त्यांच्या विचारातून प्रकट होत राहिली. आपल्याला आलेल्या आर्थिक अडचणींचा सामनाही त्यांनी श्रद्धा आणि विश्वासाच्या साहाय्याने केला. त्यांच्या आयुष्याशी आणि त्यांना आलेल्या अडचणींचा विचार केला, तर आपले आयुष्य खूप सुखी, सुलभ आणि हायटेक आहे, असे जाणवेल. असे असले तरी, मनुष्य मात्र आध्यात्मिक साधनेला कमी महत्त्व देऊन विकारांच्या जाळ्यात अधिकाधिक गुरफटत आहे. एक काळ असा होता, जेव्हा आध्यात्मिक साधना करताना परमात्म्याच्या शोधात लोक कठोर तपश्चर्या करत. गरज पडल्यास आपल्या घर-परिवाराचा, संपत्तीचा त्याग करून हिमालयात, जंगलात तपश्चर्या करायला जात. घरापासून दूर आपल्या गुरूच्या आश्रमात राहून लोक ज्ञान ग्रहण करत असत. पण, आज काळ बदलला आहे.

आज माणूस सुखसुविधा, मनोरंजनाची साधने आणि मायावी आकर्षणांमध्येच जीवन जगत आहे. कौटुंबिक आणि अन्य सांसारिक जबाबदाऱ्यांमध्ये अडकला आहे. आजच्या स्पर्धेच्या आणि तणावपूर्ण वातावरणात तो स्वत:च्या अस्तित्वासाठी कडवी झुंज देत आहे. अशा वेळी त्याला सत्याची शुद्ध कशी असेल! अशा परिस्थितीत त्याला सत्याची आस लागली तरी त्यासाठी नित्यनेमाने करावे लागणारे जप-तप-नियम या गोष्टी ऐकून तो म्हणेल –

'छे, या सगळ्यांसाठी माझ्याकडे वेळच नाही!'

फेसबुक वा व्हॉट्स ॲपमध्ये जो कित्येक तास वाया घालवतो, त्याच्याकडे साधनेसाठी वेळ नसतो! आश्चर्य आहे ना? फेसबुकवर वेळ वाया घालवण्यापेक्षा खरेतर आपण तुकारामांची अभंग गाथा वाचून जगण्याची कला आत्मसात केली पाहिजे.

आजचे युग हे सोयीसुविधांचे आणि खऱ्या अर्थाने गॅजेट्सचे युग आहे. आज माणसाचे यश, आनंद आणि संतुष्टी मोजण्याचे निकष बदलले आहेत. आज कार, बंगला, टीव्ही, त्याचबरोबर लॅपटॉप, आयफोन, आयपॅड, अनेक प्रकारच्या चपला आणि सतराशे साठ कपडे, अशा सगळ्या गोष्टी एखाद्याकडे असतील, तरच त्याला यशस्वी समजले जाते. आज एखाद्याच्या हातातील फोन बघून लोक त्याची पत आणि दर्जा ठरवतात. वर यादी केलेल्या अनेक गोष्टी जमा करताना मग माणसाचे शारीरिक आणि मानसिक स्वास्थ्य 'अत्यवस्थ' झाले तरी बेहत्तर! त्याचे समाजाशी आणि त्याच्या परिवाराशी संबंध बिघडले तरी हरकत नाही. ईर्ष्या, अहंकार, असत्य, कपट, भय, असुरक्षितता असे आजार त्याला जडले तरी चालतील. पण, या यादीतील प्रत्येक गोष्ट ज्याच्यापाशी आहे तो सर्वसुखी, हा या युगाचा नियम आहे. लोकांच्या नजरेत यशस्वी होणे हाच आपल्या आयुष्याचा उद्देश मानणारा माणूस मानवी जीवनाचा 'चिरकाल टिकणारा आनंद मिळवणे' हा उद्देशच विसरत चालला आहे, किंबहुना गमावत आहे.

या सर्व सुखसुविधा जमा करून माणूस स्वतःला राजा म्हणून घेऊ इच्छितो. तो स्वतःला आत्मनिर्भर आणि शक्तिमान समजत आहे; परंतु प्रत्यक्षात परिस्थिती याउलट असून, माणूस अत्यंत परावलंबी आणि कमकुवत झाला आहे. या साऱ्या सोयी आणि सुविधांचा तो गुलाम बनला आहे. हे सगळे यंत्र आणि गॅजेट्स यांनी खरेतर त्याला खूप दुबळे करून टाकले आहे. गाडी बंद पडली, तर त्याचे डोके चालत नाही. पायी चालायचे म्हटले, तर त्याच्या पायातले अवसान गळून पडते. लिफ्ट बंद आहे आणि आता जिना चढावा लागेल, या विचारानेच त्याला धाप लागते. लाईट गेले किंवा एसी बंद पडला, असे समजताच त्याला घाम फुटतो. एखादा दिवस त्याचा फोन वा त्यावरील इंटरनेट कनेक्शन बंद पडले, तर तो स्वतःला एकाकी, असहाय आणि अपूर्ण समजतो. टीव्ही नसेल तर त्याला कंटाळवाणे वाटते. एसी किंवा पंख्याशिवाय त्याला झोप येत नाही. खरेतर पांघरूण सतरंजी किंवा गादी एवढे पुरसे असते झोपायला! शिवाय, धुण्या-भांड्याची किंवा स्वयंपाकाची बाई आली नाही, तर फार पंचाईत होते. खरे पाहता, या यंत्र, सोयीसुविधा आणि गॅजेट्समुळे माणूस परावलंबी, पर्यायाने पारतंत्र्यात गेला आहे. त्याची स्वतःच्या जीवनावरची पकड आणि स्वातंत्र्य तो पूर्णतः गमावून बसला आहे.

विचार करा, तुकारामांच्या काळात यातील काहीच सुखसोयी उपलब्ध नव्हत्या. अनेक वेळा तर त्यांना उपाशी पोटीही झोपावे लागले. तरीही, त्यांनी आध्यात्मिक साधना

कधीच टाळली नाही वा त्यासाठी कोणतीही कारणे दिली नाहीत. खरेतर त्यांच्यासमोर अनेक अडचणी आणि समस्यांचा डोंगर उभा होता, ज्या सत्यापासून पलायन करण्यासाठी पुरेशा होत्या. परंतु, त्यांनी कधी पलायन केले नाही. जीवनात त्यांना विकाररूपी साप डसले, तर कधी या सापांनी अकराळविकराळ रूप धारण करून त्यांना त्रस्त केले. परंतु अशा समस्यारूपी सापांना शिडी बनवून त्यांनी मोक्षाचे अंतिम ध्येय गाठले. संसार किंवा प्रपंच ही त्यांच्यासाठी खऱ्या अर्थाने एक ट्रेनिंग अकादमीच होती. पृथ्वीवरच सर्व प्रकारचे अनुभव आणि पाठ शिकत त्यांनी या पृथ्वीवरच देहत्याग केला.

तुमच्यात विकारांतून मुक्त होण्याची आस जागृत झाली असेल, तुमच्यातील तुकारामाला जागृत करायचे असेल, तर पुढे नमूद केलेल्या काही गोष्टी आचरणात आणायला प्रारंभ करा. या गोष्टी म्हणजे तुकारामांच्या शिकवणुकीचे सार आहे.

१. सत्याची संगत धरणे

संगतीचा मनुष्याच्या जीवनावर गहन परिणाम होतो. माणूस ज्याच्या संगतीत राहतो, हळूहळू तो त्याच्यासारखाच बनत जातो. ज्याचे सर्वोच्च लक्ष्य स्वानुभव प्राप्त करणे हेच आहे, त्या ईश्वरप्रेमींनी अशा लोकांच्याच संगतीत राहायला हवे. जे सत्यप्रेमी आहेत, सत्य प्राप्त करण्यासाठी प्रयत्न करत आहेत, सजग आहेत, प्रामाणिक आहेत, हृदयाच्या गोष्टी ऐकत आहेत. जे लोक ज्ञानाच्या केवळ चर्चा करत नाहीत, तर ते ज्ञान आचरणातही आणतात, अशा लोकांच्या संगतीत मनुष्याने राहायला हवे. अशी संगत भक्ताच्या मनातील भक्तिभाव वृद्धिंगत करून त्याची सजगता वाढवते. सत्य मार्गावरून भटकू देणार नाहीत, अशा सर्वोच्च संघाची निवड मनुष्याने करावी.

२. ईश्वरीय गुणांवर मनन

सृष्टीचा नियम पाहता आपल्या लक्षात येईल, ज्या गोष्टीवर माणूस सतत मनन, चिंतन करत राहतो, त्या हळूहळू त्याच्या वागण्या-जगण्याचा भाग बनू लागतात. म्हणून माणसाने ईश्वरीय गुणांवरही मनन केले पाहिजे. प्रेम, मौन, आनंद, दया, विनम्रता, विश्वास, करुणा, सहजता, साहस, निर्भयता, परोपकार, निःस्वार्थ सेवा, कपटमुक्तता हे ईश्वरीय गुण आहेत. या गुणांवर आपण जितके मनन कराल, तितके कमीच आहे. ज्याप्रमाणे वडिलांना वाटते, आपल्या मुलाने किंवा मुलीने आपले चांगले गुण घ्यावेत, प्रामाणिक प्रयत्न करून आपले नाव उज्ज्वल करावे. एवढ्यावरच न थांबता त्यांनी स्वतःचेही नाव कमवावे. ईश्वरी इच्छाही काहीशी तशीच आहे. भगवंतालाही असेच वाटते की, मानवाने त्याचे गुण आत्मसात करून त्याप्रमाणे आचरण करावे. म्हणून ईश्वराची इच्छा पूर्ण करणे, हे प्रत्येक भक्ताचे कर्तव्यच आहे.

आपल्या पूर्वजांनी आणि संतांनी स्वानुभवातून ईश्वराच्या अनेक प्रतिमा, प्रतीके आणि त्याच्या मूर्ती तयार केल्या. ईश्वराशी अनेक कथा आणि अनुभव जोडले. शिवाय, या कथांतून आपल्याला जीवन जगण्याची प्रेरणा आणि शिकवण मिळत राहील, याची काळजी घेतली. त्याचप्रमाणे या कथांमधून ईश्वराच्या विविध गुणांचे दर्शन आपल्याला होत राहील, ही दक्षता घेतली. या कथांद्वारे माणसाची ईश्वरावर श्रद्धा प्रस्थापित होते आणि त्याची भक्ती वाढते. ते गुण ऐकून त्याच्या खऱ्या अर्थावर मनन करून भक्त ईश्वरीय गुण जाणतो आणि आपल्या जीवनात ते उतरवून खरी भक्ती करतो.

३. प्रामाणिकपणे जीवन जगणे

खोटे बोलणे, लोकांपासून काही गोष्टी लपवणे, छोट्या गोष्टी वाढवून सांगणे. आजच्या भाषेतच सांगायचे झाले, तर मीठमसाला लावून, त्यात भर घालून त्या इतरांना सांगणे, म्हणजे कपट होय. आजच्या जगात कपटाशिवाय जगणे अशक्य आहे, असा एक सर्वसाधारण समज आपल्याला समाजात दिसतो. कपटाशिवाय व्यवहार होऊच शकत नाहीत, त्याशिवाय यश मिळूच शकत नाही. अशाच धारणेतून आजकाल लोक व्यवहार करताना दिसतात. कपट करून कुणाला तरी फसवणारे, कुणाशी तरी खोटे बोलणारे लोक धार्मिक अधिष्ठान, पूजापाठ करून स्वतःला भगवंताचे सच्चे भक्त म्हणवतात. अशा लोकांनी एक लक्षात घ्यायला हवे की, ईश्वरभक्तीमध्ये कपटाला अजिबात स्थान नाही; मग तुम्हांला ते कितीही आवश्यक वाटत असले तरीही! निर्मळ, प्रामाणिक अशाच हृदयात भगवंत वास करतो, ज्याचे मन स्वच्छ आहे, अशा भक्तालाच भगवंत दर्शन देतात.

४. अहंकाररहित होणे

मनुष्यात वेगवेगळ्या प्रकारचा अहंकार असतो. उदाहरणार्थ, रूप, गुण, श्रेष्ठता, जात, खानदान, धन, पद, प्रतिष्ठा इत्यादी. काही लोकांमध्ये तर भक्तीचादेखील अहंकार असतो. साधारणतः अशा गोष्टींतून जन्माला येणाऱ्या अहंकारालाच लोक खरा अहंकार समजतात. परंतु, हा तर वरवरचा अहंकार आहे. खरा अहंकार माणसात अगदी खोलवर रुजलेला असतो. हा वयाच्या दुसऱ्या किंवा तिसऱ्या वर्षापासूनच बळावत जातो. सर्वव्यापी चैतन्यापासून स्वतःला वेगळे समजून 'मी' समजण्याचा अहंकार. 'मी शरीर आहे' या धारणेने जीवन जगणे म्हणजे खरा अहंकार. आपण ईश्वरापेक्षा वेगळे आहोत, ही भावना जेथे नष्ट होते; तेथे खऱ्या भक्तीला सुरुवात होते. माझ्या हातून जे काही होत आहे, ते ईश्वरच करतो, तोच खरा कर्ता आहे आणि आपण केवळ साधन किंवा माध्यम आहोत, या भावनेने जगण्यालाच अहंकाररहित किंवा अहंकारमुक्त जगणे असे म्हणतात.

५. ईश्वराचे नामस्मरण, जप आणि मंत्रपठण

हा खरेतर भक्तीचा सर्वांत सोपा मार्ग आहे. या मार्गाने आपली दैनंदिन कार्ये करत आपण प्रत्येक क्षणी ईश्वराच्या भक्तीत रममाण होऊ शकतो. या अवस्थेत मनुष्य शरीराने जरी कर्म करत असला, तरी त्याच्या मनात सतत ईश्वराचे गुणगान चालू असते. अन्यथा, माणसाचे मन अतिशय चंचल आहे. एका ठिकाणी थांबणे त्याच्यासाठी अत्यंत कठीण काम असते. त्याचबरोबर ते मोहमायेकडे लगेच आकर्षित होते आणि नकारात्मक गोष्टींसाठी ग्रहणशीलही असते. अशा मनाला वश करण्यासाठी ही पद्धत अतिशय उपयुक्त आहे. असे केल्याने मन ईश्वराच्या भक्तीकडे वळून विचारांना अनावश्यक गोष्टींकडे जाण्यापासून रोखते. यासाठीच संत तुकाराम सतत 'जय जय रामकृष्ण हरी' हा मंत्र आणि 'विठ्ठल' असा नामजप करत असत.

६. सृष्टीच्या चराचरांत ईश्वराचे दर्शन करणे

ईश्वरच मायेच्या रूपात स्वत: प्रकट झाला आहे, हे आपण मायेचे वर्णन वाचताना जाणले. ही बाब सत्य श्रवण (ज्ञान), सेवा आणि भक्ती यांद्वारेच समजते. जिथवर नजर जाते तिथवर मनुष्याला प्रत्येक वस्तू, प्रत्येक जीव, इतकेच नव्हे, तर प्रत्येक कणाकणांत ईश्वरच दिसू लागला तर समजायचे, त्याने ईश्वराला आणि त्याच्या मायेला समजून घेतले आहे आणि आता तो खरी भक्ती करत आहे. या भावदशेत राहिल्याने मनुष्याची संवेदनशीलता आणि ग्रहणशीलता वाढते. सर्व जिवांमध्ये ईश्वर पाहिल्याने मनुष्यात दया, करुणा, प्रेम, विनम्रता, परोपकार, अहिंसा, अहंकारहीनता, सहिष्णुता यांसारख्या ईश्वरीय गुणांचा विकास होतो.

७. शरीर आणि इंद्रियांवर ताबा मिळवणे

ईश्वराने मनुष्याचे शरीर स्वत:चा अनुभव करण्यासाठी बनवले आहे. मनुष्याचे शरीर म्हणजे ईश्वरासाठी जणू एक आरसाच आहे, ज्यात तो स्वत:चे दर्शन करतो. शरीर एक मंदिर आहे, ज्यात तो राहू शकतो. शरीर एक माध्यम आहे, ज्याद्वारे तो आपल्या गुणांची अभिव्यक्ती करू शकतो. परंतु, ईश्वर जेव्हा मनुष्य बनला, तेव्हा स्वत:च निर्माण केलेल्या मायेत गुरफटून तो स्वत:लाच विसरून जातो. मग तो शरीराशी संलग्न होऊन वेगळी व्यक्ती म्हणजे 'मी' बनतो. त्यानंतर तो ईश्वराच्या अभिव्यक्तीऐवजी व्यक्तीची अभिव्यक्ती करू लागतो. परंतु, ज्ञानाद्वारे समज मिळू लागताच तो शरीर, मन, बुद्धी, इंद्रिय यांना अनुशासित आणि संयमित करू लागतो. ज्यायोगे त्याच्या शरीराने व्यक्तीची (अहंकाराची) नव्हे, तर ईश्वराची अभिव्यक्ती करण्यासाठी पात्र बनावे.

अशा वेळी शरीर अनुशासित असणे अतिशय गरजेचे आहे. त्यासाठी त्याने व्यायाम, परिश्रम, कर्तव्यांचे पालन, नि:स्वार्थ सेवा करायला हवी. मनासाठी ध्यान करायला

हवे. मनात शुद्ध विचार आणि भावना बाळगायला हवी. बुद्धीसाठी सत्य पठण, मनन, चिंतन करायला हवे. सद्भावाने प्रार्थना करायला हवी. कानाने सत्य श्रवण करायला हवे. डोळ्यांसाठी सत्य श्रवण करून सर्वांमध्ये ईश्वर पाहायला हवा. जिभेने सत्याविषयीच्या गोष्टी, भजन, स्तुती, इतरांना आशीर्वाद, सकारात्मक शब्द बोलायला हवेत. जिभेने स्वादाचे गुलाम बनू नये म्हणून शरीरस्वास्थ्य अबाधित राहील, असे अन्न ग्रहण करायला हवे. योग्य प्रमाणात आहार घ्यायला हवा. एकदम कमीही नाही आणि जास्तही नाही, असा त्याचा आहार नेहमी असायला हवा. नाक, त्वचा यांचादेखील योग्य तो उपयोग करायला हवा. इंद्रिये मायेसाठी नव्हे, तर सत्यासाठी ग्रहणशील बनतील, अशा प्रकारचे प्रशिक्षण त्यांना द्यायला हवे. अशा प्रकारे इंद्रियांनी सत्यातच सुख शोधायला हवे.

८. ईश्वरावर तेजविश्वास ठेवणे

विश्वास आणि अविश्वास यांच्या पलीकडे जे असते, त्याला 'तेजविश्वास' म्हटले जाते. तेजविश्वास कोणत्याही परिस्थितीत डगमगत नाही. तो अतिशय अतूट, अगदी दृढ असतो. काही लोक म्हणतात, माझा ईश्वरावर पूर्ण विश्वास आहे. परंतु, त्यांच्या जीवनात काही चढउतार आले, की त्यांचा विश्वास डगमगू लागतो. ते दुःखी, त्रस्त, निराश आणि चिंताग्रस्त होऊ लागतात. असा विश्वास काय कामाचा?

तुकारामांसारखे संत आणि ईश्वराचे भक्त, प्राप्त परिस्थिती ही ईश्वराची इच्छा आहे, असे समजून तिचा स्वीकार करतात. नेहमी खूश राहून घोषणा करतात, 'हे विठ्ठला, तुझी इच्छा तीच माझी इच्छा.' ईश्वरावरील विश्वासाची हीच परीक्षा असते. भक्त कोणत्याही परिस्थितीत म्हणजे अगदी मृत्युशय्येवर असला, तरी सुखी आणि आनंदी असेल, तर त्याच्यात तेजविश्वास आहे, असे म्हटले जाईल. असे होत नसेल, तर तो तेजविश्वास नव्हे. तेजविश्वासामुळेच संत मीरा आणि सॉक्रेटिस यांनी हसत-हसत विषाचा प्याला पिऊन टाकला. येशू सुळावर चढले. सीता आणि लक्ष्मण सर्व सांसारिक सुखे क्षणार्धात सोडून प्रभू श्रीरामांसोबत आनंदाने वनात गेले. हनुमानांनी केवळ रामनामाच्या साहाय्याने विशाल समुद्र ओलांडला. हा महासागर मला पार करता येईल की नाही, असा विचारही त्यांनी त्या वेळी केला नाही. भक्त प्रल्हादाने हसत-हसत सर्व यातनांचा सामना केला. संत तुकारामांनीदेखील तेजविश्वासामुळेच अशक्य वाटणारे (मोक्षप्राप्तीचे) कार्य शक्य केले.

९. आनंदाने आणि सबुरीने आयुष्य जगणे

आजच्या युगात माया प्रबळ झाली आहे. मनुष्यासमोर प्रलोभने ताटात वाढलेल्या पंचपक्वान्नासारखी एकेक करून येत आहेत. जाहिराती आणि इतर माध्यमांतूनही त्यांचा भडिमार चालूच आहे. या सगळ्या गुंत्यात माणूस अडकत चालला आहे. यांपासून स्वतःला

दूर ठेवणे त्याला अवघड जात आहे. अगदी व्यर्थ गोष्टीही त्याला अत्यावश्यक वाटतात. धैर्याने आणि आनंदाने जगण्याची कला ज्याच्यापाशी आहे, असाच माणूस या काळात तग धरू शकतो. मायेत राहून तिचा सदुपयोग करून मायेमध्ये लिप्त न होता ईश्वराकडून जे काही प्राप्त झाले आहे, त्यालाच कृपा आणि प्रसाद समजून आनंदी राहायला हवे. जास्तीचा हव्यास न ठेवता गरज आणि इच्छा यातील फरक समजून आवश्यकतेवर लक्ष केंद्रित करायला हवे. तसेच प्रत्येक परिस्थितीत धीर बाळगणे, हे सर्व खऱ्या भक्ताचे गुण आहेत.

१०. 'लोक काय म्हणतील' याची भीती न बाळगणे

तुकाराम महाराजांनी मंबाजी यांच्या बोलण्याकडे दुर्लक्ष केले, हे एका अर्थी बरेच झाले. त्यांनी त्यांची पत्नी आवलीच्या बोलण्याकडे काणाडोळा केला, हेही चांगलेच झाले. एवढा ताडामाडासारखा उंच अमिताभ, अभिनेता होऊच शकत नाही, असे लोक त्याच्याविषयी बोलत होते. पण, त्याने लोक काय बोलतात, याकडे दुर्लक्ष केले. त्याने जर लोकांचे ऐकले असते, तर तो एवढा महान अभिनेता बनला असता का? त्यामुळे चित्रपटसृष्टी कदाचित खूप वेगळी दिसली असती.

बरे झाले, स्वामी विवेकानंदांनी आपल्या मित्रांची बोलणी मनावर घेतली नाहीत. अन्यथा, इतक्या मोठ्या आध्यात्मिक युगपुरुषाच्या कार्यापासून हे विश्व वंचित राहिले असते! संत ज्ञानेश्वर आणि मुक्ताई यांनी लोकांच्या नकारात्मक बोलण्याकडे दुर्लक्ष करून 'संत' बनण्याची प्रेरणा प्राप्त केली. अन्यथा, या दोघांमुळे महाराष्ट्राला साहस आणि सत्याचा जो अनोखा संगम पाहायला मिळाला, तो कदाचित दिसला नसता!

तात्पर्य, जगाच्या इतिहासात आजवर त्याच लोकांच्या हातून काही घडले, जे आपल्या निर्णयावर ठाम राहिले. ज्यांनी आपल्या निर्णयावर लोकांच्या बोलण्याचा कोणताही प्रभाव पडू दिला नाही. आता तुम्ही स्वत:लाच विचारा, 'एखादा निर्णय घेताना तुम्ही 'लोक काय म्हणतील' याचा कितपत विचार करता? लोक काय म्हणतील, याचा विचार करून मी आजपर्यंत कोणते नवीन पाऊल उचलण्याची टाळाटाळ केली?'

या प्रश्नांवर मनन केल्यानंतर तुम्हांला समजेल, की बऱ्याच वेळा 'लोक काय म्हणतील,' याचा विचार करून आपण नवीन पाऊल उचलण्याचे धाडस करत नाही. त्यामुळे मनुष्य त्याच्या जीवनात पूर्णता प्राप्त करू शकत नाही. तो खंडित जीवन जगतो. वास्तविक त्याला बरेच काही करायचे असते. परंतु 'लोक काय म्हणतील' या भीतीने तो योग्य ते पाऊल टाकू शकत नाही. यासाठीच आज भयमुक्त होण्याचा संकल्प करायला हवा. आजची तरुण पिढीही अनेक वेळा अध्यात्माकडे वळताना या प्रश्नाला अवाजवी महत्त्व देताना दिसते. माझे मित्र काय म्हणतील, आईवडील काय विचार करतील, अशा

प्रश्नांचाच जास्त विचार करतात आणि त्यामुळे भौतिक गोष्टीत अडकून पडतात. खरेतर तुकाराम महाराजांकडून प्रेरणा घेत त्यांनी आपल्या आध्यात्मिक जीवनाचा पाया[१] तरुण वयातच रचायला सुरुवात करायला हवी.

मनन प्रश्न

आध्यात्मिक साधना (ध्यान, मनन, पठण, सत्य श्रवण) टाळण्याच्या हेतूने मी 'माझ्याकडे वेळ नाही अथवा अत्यल्प वेळ आहे,' हा बहाणा देतो का?

कार्ययोजना

आपल्या दैनंदिन वेळापत्रकात सत्य श्रवण, मनन आणि ध्यानासाठी वेळ निश्चित करा.

❑❑❑

---

१ तेजज्ञान फाउंडेशनद्वारे युवापिढीसाठी आयोजित करण्यात येणाऱ्या 'मिनी महाआसमानी-आध्यात्मिक नीव स्थापना' या शिबिरात भाग घेण्यासाठी आजच लॉग-इन करा : www.tejgyana.org

अध्याय

३०

महानिर्वाण निर्माण

अंत नव्हे, आरंभ...

वाचकहो, आपण आत्तापर्यंतच्या प्रकरणांतून तुकाराम महाराजांचे चरित्र, त्यांचे अभंग, त्यांच्या शिकवणुकीचे महत्त्व जाणले. आजच्या काळातही त्यांच्या शिकवणीत असलेला कालसुसंगतपणा, ज्यामुळे आपल्याला त्यांचे मार्गदर्शन कसे लागू पडते, हेही पाहिले. आता या शेवटच्या प्रकरणात तुम्ही त्यांच्या निर्वाणाविषयी जाणून घेणार आहात. वास्तविक हा अंतिम अध्याय नसून 'पहिला' अध्याय आहे. हा संत तुकारामांच्या जीवनचरित्राचा अंत नव्हे, तर सुरुवात आहे. कारण त्यांचे कार्य आजही सुरूच आहे.

त्यांच्या शेवटच्या कीर्तनात त्यांनी 'आम्ही जातो आमुच्या गावा, अमुचा राम राम घ्यावा' असे म्हटल्याचे ऐकिवात आहे. असे म्हणून ते अदृश्य झाल्याचेही उल्लेख काही ठिकाणी आढळतात. मात्र, पृथ्वीवरून फक्त त्यांचे स्थूल शरीर नाहीसे झाले, त्यांचे आध्यात्मिक कार्य तर आजही सुरूच आहे. पारलौकिक जगत म्हणजे वैकुंठात हे सारे सत्पुरुष आणि संत आजवर कार्यरत आहेत. हे एका उदाहरणाद्वारे समजून घेऊ या.

समजा, दोन खोल्यांचे एक घर आहे. पहिल्या खोलीत काही लोक राहतात. जेव्हा एखादा माणूस पहिल्या खोलीतून दुसऱ्या खोलीत जातो, तेव्हा पहिल्या खोलीतील लोक त्याला 'तो मरण पावला' असे म्हणतात. कारण त्यांना तो आता दिसत नाही. परंतु, तो दुसऱ्या खोलीत जाऊन तिथे काही निर्माण करत असतो. खरेतर तो पहिल्या खोलीत काही रंग जमा करण्यासाठी आला होता. जेणेकरून हे रंग जमा करून दुसऱ्या खोलीत त्याला कॅनवासवर चित्र काढता यावे. पहिल्या खोलीत (पृथ्वीवर) जर लोक तयार झाले नसतील, तर अखेरच्या क्षणापर्यंत ते आपल्या अपूर्ण राहिलेल्या इच्छा आणि वासनांमध्ये अडकून राहतात. मग असे लोक दुसऱ्या खोलीत (सूक्ष्म जगात) जाऊन काय निर्माण करतील बरे?

दुसऱ्या विश्वात जाऊन कोणते चित्र काढतील? मात्र, जे तयार आहेत, ज्यांनी स्वत:च्या मनाला प्रशिक्षण दिले आहे ते सर्वोच्च निर्माण करतील.

पृथ्वीवरचे जीवन म्हणजे धावती भेट

पृथ्वीवर आपण जे जीवन जगतो, ती एक 'शॉर्ट व्हिजिट' आहे. या जीवनाच्या कित्येक पटींनी विस्तारित आणि गहन, मरणोत्तर जीवन (पार्ट टू) आहे. पृथ्वीवर मृत्यू होतो, म्हणजे स्थूल शरीर पंचतत्त्वात विलीन होते. त्यानंतर आपले सूक्ष्म शरीर पुढच्या प्रवासाला जाते. त्या जगात (मरणोत्तर जीवनात) चेतनेचे सात स्तर आहेत. जे लोक पृथ्वीवरील जीवनात बेहोशी आणि अज्ञानयुक्त जीवन जगतात, ते स्थूल शरीराच्या मृत्यूनंतर चेतनेच्या निम्न स्तरावर जातात. परंतु जे लोक पृथ्वीवर भय, चिंता, क्रोध, वासना या विकारांपासून मुक्त होऊन नि:स्वार्थ जीवन जगतात, ते मरणोत्तर जीवनात चेतनेच्या सर्वोच्च स्तरावर अभिव्यक्ती करतात. असे लोक ज्ञान, भक्ती आणि समर्पणशक्तीद्वारे स्वत:चे असीम रूप जाणून समाधी अवस्थेत स्थापित होतात. अशा मुक्त लोकांकडून होणारी अभिव्यक्ती म्हणजेच 'महानिर्वाण निर्माण' होय.

सूक्ष्म शरीरात मनाची जुनी समज वा वृत्ती तशाच कायम राहतात. मनुष्याचे मन जर अनुशासित नसेल, त्याला समजही मिळाली नसेल, तर तो मृत्युउपरांत जीवनातदेखील आपल्या अपूर्ण, क्षुद्र इच्छा पूर्ण करण्यासाठी धडपड करेल. पृथ्वीवर अभ्यास करताना मनुष्याची वृत्ती कशा प्रकारे डोकं वर काढते, हे आपण पाहतो. ती म्हणते, 'आता काही वेळ ध्यानसाधना बंद करू. याचा अभ्यास नंतर करू.' या मधल्या काळात मनाला सुविधा हवी असते... थोडी सुरक्षितता हवी असते... थोडा लाभ हवा असतो... थोडा जेवणाचा स्वाद हवा असतो... अशा प्रकारे शरीराच्या जुन्या वृत्ती उफाळून येताच त्याचे मुख्य कार्य (प्रशिक्षण) थांबले जाते... कित्येकदा सत्यमार्गावर मार्गक्रमण करण्याचा निर्णयदेखील बदलतो. आपण इथे (स्थूल शरीरासह) अभ्यास करू शकलो नाही, तर तिथे (सूक्ष्म शरीरासह) कसा अभ्यास करू शकणार? तुम्ही रस्त्यावरच सरळ चालू शकला नाही, तर दोरीवरून कसे चालू शकणार?

त्यासाठी पृथ्वीवरच अंतिम समज आणि प्रशिक्षण घेणे अत्यंत आवश्यक आहे. समजा, एक अज्ञानी, अंध मनुष्य मरण पावला, तर तो पुढच्या यात्रेत काय निर्माण करेल? त्याच्या मनात जी इच्छा आहे, तीच पूर्ण करण्याचा प्रयत्न तो करेल ना? 'पृथ्वीवर गाजलेले, हिट झालेले चित्रपट जे त्याने पाहिले नाहीत, ते आधी तो पाहील.' पृथ्वीवर कित्येक अंध लोक चित्रपट पाहायला जातात. ते संपूर्ण चित्रपट ऐकतात आणि त्यानुसार कल्पनेद्वारे (व्हिजुअलायजेशन) दृश्य निर्माण करतात. परंतु अज्ञानवश मृत्यूनंतरही ते त्यांची अपूर्ण

वासनाच पूर्ण करण्याचा प्रयत्न करतात.

'जशी वृत्ती तसे निर्माण, जशी इच्छा तसे कार्य! कोणी लंगडा असेल, तर तिथे धावण्यासाठी मैदान निर्माण करेल. कारण पृथ्वीवर तो कधीही धावू शकला नाही, ही खंत त्याला असते. त्यामुळे त्याला धावण्यासाठी मैदान बनवण्याची इच्छा होईल. तो विचार करेल, कित्येक वर्षांपासून ही इच्छा सुप्त आहे, तर ती आता पूर्ण करायलाच हवी.' एक मनुष्य ज्याला पोटभर भोजन मिळत नाही, त्याच्या मनात कोणती इच्छा निर्माण होईल? अशा मनुष्याला धन आणि ताकद मिळाली, तर तो काय निर्माण करेल? संधी मिळताच तो त्याच्या अपूर्ण इच्छा पूर्ण करण्याचा प्रयत्न करेल. अशा लोकांना जर सांगितले, 'ज्या इच्छा तुम्ही सूक्ष्म जगतात घेऊन आला आहात त्यातील किती तरी निम्न आहेत, किरकोळ आहेत. वास्तवात इथे सर्वोच्च निर्माण करणे शक्य आहे.' परंतु, ते ऐकायला तयारच होणार नाहीत. कारण पृथ्वीवर जी समज आणि प्रशिक्षण प्राप्त करायला हवे होते, ते त्यांनी केलेच नाही.

महानिर्वाण निर्माण

सर्वेक्षण केले तर आढळेल, खूपच कमी लोक अगदी योग्य वेळी मरण पावल्याचे दिसून येईल. अनेक जण वेळेआधीच मरण पावतात. 'तुम्हांला कधी मरायचे आहे, असे जर तुम्ही एखाद्या माणसाला विचारले तर कदाचित तो आता नको, माझी कामं अजून बाकी राहिली आहेत, एवढ्या इच्छा अद्याप अपूर्ण आहेत, अशी अनेक प्रकारची कारणे देईल.' आतापर्यंत जे लोक मरण पावले, त्यातील बहुसंख्य लोकांचा वेळेआधीच मृत्यू झाला. पृथ्वीवर अतिशय कमी लोक असे होते, ज्यांचा योग्य वेळी मृत्यू झाला. ज्यांचा अहंकार नष्ट झाला, त्यांच्याकडून नंतर सत्याचीच अभिव्यक्ती झाली. तात्पर्य, ज्या लोकांना मृत्यूपूर्वीच समज प्राप्त झाली होती, त्यांचाच खऱ्या अर्थाने योग्य वेळी मृत्यू झाला. अशा लोकांची अभिव्यक्ती केवळ स्थूल शरीराद्वारेच नव्हे, तर ती सूक्ष्म शरीराच्या जगातही चालू राहते. शिवाय, ही अभिव्यक्ती केवळ सुरूच राहणार नाही, तर ती अधिक जोरदार होईल, योग्य रीत्या होईल.

वेगवेगळ्या कारणाने लोकांचा मृत्यू होतो. पण, मृत्यू कशाने झाला, हे महत्त्वाचे नाही. कोणीही बाह्य स्थितीवरून अनुमान लावू शकत नाही, की त्या मनुष्यात कोणती समज होती. कुणी त्रासाला कंटाळून आत्महत्या करतो, तर कुणी समाधी घेतो. दोघांनीही आपले जीवन संपवले; पण दोघांचा अंतिम हेतू मात्र पूर्णपणे वेगळा, किंबहुना अगदी विरुद्ध होता. कुणी आजाराने मरतो, तर कुणाचा खून होतो. पण, त्या मनुष्याने कोणती समज प्राप्त केली होती, हे त्याच्या बाह्य स्थितीवरून सांगता येत नाही. येशूच्या शरीराची हत्या झाली. परंतु येशूने जे निर्माण केले ते 'महानिर्वाण निर्माण' होते. येशूचा तो निर्णय आजही

पृथ्वीवरील तसेच सूक्ष्म जगातही मदत करत आहे. येशू त्यांच्या शरीराच्या मृत्यूसमयी ईश्वराला म्हणाले, 'हे प्रभू, यांना क्षमा कर. कारण ते काय करत आहेत, हे त्यांना समजत नाही.' ते येशूला मारू शकत नाहीत, हे त्या वेळी लोकांना माहीत नव्हते. कारण मृत्यू तर केवळ शरीराचा होतो.

अशाच प्रकारे संत ज्ञानेश्वर यांनी समाधी घेतली, स्वेच्छेने शरीराचा त्याग केला. कारण त्यांच्या शरीराचे कार्य संपले आहे, हे त्यांच्या लक्षात आले होते. असे शरीर सूक्ष्म जगात गेल्यावर काय निर्माण करेल, याची आपण कल्पनाही करू शकत नाही. समजा, संत ज्ञानेश्वरांनी काढलेल्या चित्राची तुम्ही कल्पना करू शकला असता, तरी तुम्ही म्हणाला असता, 'हे चित्र काही खास नाही. यात काही मजा नाही.' कारण ज्याने आत्मसाक्षात्कार प्राप्त केला नाही, तो आत्मसाक्षात्कारी शरीराने काढलेले चित्र पाहिल्यानंतर काय म्हणेल, 'यात काय विशेष? यात तर काहीच खास दिसत नाही.' तेव्हा त्याला सांगितले जाईल, 'तुम्हांला जी बाब अर्थहीन वाटते, वास्तविक तिच्यातच जीवनाचा खरा अर्थ सामावलेला आहे. ज्याला तुम्ही सर्वात कमी महत्त्व देत आहात, तेच सर्वोच्च आहे. ते समजण्यासाठी योग्य दृष्टिकोण आणि समज असणे महत्त्वपूर्ण आहे.'

तुकारामांप्रमाणे तुम्हांलाही, एखाद्या विशिष्ट ठिकाणी, ठरावीक वेळी 'आपण जिथे कुठे असाल तिथे का आहात?' याचे कारण किंवा त्यामागील हेतू लक्षात आला तर तुम्ही तिथे अभ्यासही करू शकाल, त्याचा आनंदही घेऊ शकाल. पण, तुम्ही ते कारण विसरलात, तर महाजीवनाची अनुभूती घेऊ शकणार नाही. 'लोक आपल्यासाठी टाळ्या का वाजवत नाहीत... काल तर वाजवल्या होत्या. मग आज काय झाले आहे... हा माणूस काल तसा होता... मग आज असा का...' असाच विचार करेल. अशा प्रकारे महाजीवनाचे विस्मरण होऊ नये, यासाठी सत्याचे ज्ञान योग्य वेळी स्मरणात येणे अतिशय आवश्यक आहे. जीवनात आपल्याला कोणी सत्याचे ज्ञान दिले नाही, कोणी सत्याविषयी काही सांगितलेच नाही; शिवाय, मननाद्वारेही आपण सत्य जाणले नाही, तर आपले जीवन व्यर्थ जाईल. यासाठीच आपण काय करत आहोत आणि का करत आहोत, आपण कोण आहोत, या गोष्टी जाणणे महत्त्वाचे आहे. वास्तविक आपण पृथ्वीरूपी पाठशाळेत पुढील महाजीवनाची तयारीच करत आहोत, ही बाब समजून घ्यायला हवी.

आपल्याला खूप कमी माहिती असल्याने आपण विचार करू शकत नाही, मननही करू शकत नाही. परंतु जेव्हा आपण सत्य श्रवण आणि पठण करतो, तेव्हा आपल्याला काही विचार करण्याचे संकेत मिळतात. या गोष्टी इतक्या गहन आहेत, की यावर कितीही मनन, चिंतन केले, तरी ते कमीच आहे, हे आपल्याला समजते. या बाबींवर मनन केल्यानेच आपण ज्यासाठी पृथ्वीवर आलो आहोत, तसेच आपले जीवन बनेल. मात्र, आपले ध्येय

सर्वोच्च असेल, तर त्यासाठी आपल्याला अंगी पात्रता आणावी लागेल. संत तुकाराम 'महानिर्वाण निर्माणा'साठी सिद्ध झाले. कारण त्यांनी त्यांच्या जीवनातील प्रत्येक घटनेत स्वत:ला प्रशिक्षित केले. मरणोत्तर जीवनात इतर कोणत्याही गोष्टी उपयोगात येत नाहीत. केवळ आपले अकंप, अभंग मनच सर्वोच्च निर्माण करू शकते. हे उद्दिष्ट घेऊनच प्रत्येक जण पृथ्वीवर येतो. परंतु, खूप कमी लोक हे प्रशिक्षण घेऊन पृथ्वीवरून जातात. अशा लोकांनाच 'संत' म्हटले जाते.

मृत्युपश्चात 'जीवन आणि महानिर्वाण निर्माण' या बाबी आपण जितक्या लवकर समजून घ्याल, तितके प्रत्येक दिवसाचे महत्त्व आपल्या लक्षात येईल. अन्यथा बेपर्वाई आणि व्यसन यांत गुरफटलेले लोक पृथ्वीवरील जीवन आणि मृत्यूनंतरचे जीवन दोन्हीही व्यर्थ गमावतील. यासाठीच आपल्या मनाला योग्य दिशेने प्रशिक्षण द्यायला सुरुवात करा. प्रतिदिन आपल्याला संधी मिळत आहे, त्या संधीचा लाभ घेऊन पृथ्वीवरच अभ्यास करा आणि मृत्यूवर मनन करून महानिर्वाण निर्माणाची तयारी करा.

हे पुस्तक आताच संपलेले नाही, आता कुठे याची खऱ्या अर्थाने सुरुवात झाली आहे, असे या अध्यायाच्या प्रारंभीच म्हटले आहे. 'जीवन' हे जगातले सर्वोत्तम पुस्तक आहे. हे पुस्तक वाचण्यासाठीच तुम्हांला शरीर मिळाले आहे. तुकारामांपासून प्रेरणा घेऊन तुम्हीदेखील या महान कार्याची सुरुवात करा... आजच, आतापासून; नव्हे, या क्षणापासूनच...

मनन प्रश्न

१. मृत्यूविषयी आपल्या मनात कोणत्या चुकीच्या धारणा आहेत?

२. मृत्यू नेमका कुणाचा होतो? मृत्यू का आवश्यक आहे?

कार्ययोजना

मृत्यू[१] या विषयावर लिखित पुस्तकांचा शोध घ्या.

❑❑❑

१ मृत्यू या विषयावर संशोधन करण्यासाठी वाचा सरश्रीलिखित एक अनोखे पुस्तक *पृथ्वीलक्ष्य-मृत्यूचे महासत्य.*

तुकारामांच्या चरित्र पठणाने करा भवसागर पार!

खेळण्या-बागडण्याच्या वयात पडल्या जबाबदाऱ्या शिरावर,
शांत सागरातील मोहमाया दाटून आल्या लहरींवर
वडिलांच्या मृत्यूने तर हादरला बाल तुकाराम,
घर बनले 'बेघर' आणि मन बनले 'अनाथ'
आई आणि वहिनीच्या वियोगाने हतबल झाले तुकाराम,
समस्यांनी घेरले त्यांना, पसरला सर्वत्र अंधार
काही लोकांनी फसवले, काहींनी डुबवले,
देहूगावाचा सावकार तर दिवाळखोर झाला
दुष्काळात तर त्यांची झाली अग्निपरीक्षा,
रखमाईच्या मृत्यूने मृतवत झाली आशा
पत्नीच्या टोमण्यांनी खजील झाले तुकाराम,
नष्ट झाले सर्व धन-सन्मान, संपली सारी लज्जा
पुत्र संतोबाचा वियोग झाला, उरी दुःखाचा उमाळा दाटला,
प्रपंचाचे दर्शन घडले, मनी अनासक्तीचे भाव उपजले
आता मला हवाय, केवळ विठ्ठल, त्यापेक्षा कमी अन्य नाही
देई तो जेव्हा दर्शन, तेव्हाच मी भरून जाई
भामनाथावर सुरू झाली कठोर साधना,
अंतरंगातून निघाली ईशप्राप्तीची दिव्य प्रार्थना
ज्ञान प्रकटले, भ्रम सारे दूर झाले, झाला सत्याचा साक्षात्कार,

भक्ताच्या भेटी आले साक्षात विठ्ठल निराकार
फलित झाली कठोर साधना, पंधरा दिवसांत
अनाथ होते तुकाराम आधी, आता झालेत 'सनाथ'
भक्ती, श्रवण, कीर्तन यांची सुरू झाली शृंखला,
सेवा आणि नामस्मरणाने झाला मुक्तीचा मार्ग खुला
विठ्ठल नामाच्या जप-स्मरणाने मिळाले पुण्यधाम,
अवघे विश्व झाले आता एका कुटुंबासमान
भक्तीला मिळाली एक दिशा, सत्य साहित्य पठणाची,
ज्ञानेश्वरी, भागवत आणि पुराणांच्या अभ्यासाची
बाबा चैतन्यांनी दिले स्वप्नात गुरुदर्शन,
प्रत्येक जीव, प्राणिमात्रांमध्ये होऊ लागले स्वदर्शन
जीवन बनला भक्तिसागर, सुरू झाली अभिव्यक्ती,
अभंग आणि कवितांनी घडून गेली युक्ती
हरेक शब्दांत त्यांच्या ओथंबून वाहत होती ज्ञानभक्ती,
प्रत्येक क्रियेत झळकत होती पांडुरंगाची भक्ती,
तन, मन, धन यांमध्ये फक्त विठ्ठल आणि विठ्ठल
मिटली कर्मबंधने आणि संपली जीवनाची कलकल
समस्यांनी घेरले परत, करू लागल्या हल्लाबोल,
दृढतेने उभे राहिले ते, हाती भक्ती-शस्त्र अनमोल
इंद्रायणीत डुबू लागली अभंग गाथा ती बहुमोल
झाली अग्निपरीक्षा तुकोबांची, जातिभेदाच्या त्या अग्नीत
घडला अद्‌भुत चमत्कार आणि गाथा तरंगू लागल्या नदीत
भक्त तुकारामांनी केल्या, आता सर्व अग्निपरीक्षा पार
संत तुकारामांचे आहेत या विश्वावर अनंत उपकार,
चरित्र वाचून त्यांचे, तुम्ही करा, हा भवसागर पार...!

हे पुस्तक वाचल्यानंतर आपला अभिप्राय कृपया या पत्त्यावर अवश्य पाठवा.

Tej Gyan Global Foundation
Pimpri Colony Post Office, P. O. Box 25, Pune - 411 017. Maharashtra (India).

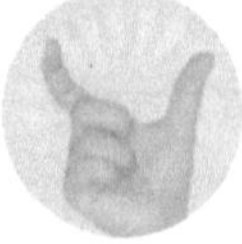

स्वीकार मंत्र मुद्रा

सरश्री : एक अल्प परिचय

सरश्रींचा आध्यात्मिक शोधाचा प्रवास त्यांच्या बालपणापासूनच सुरू झाला होता. हा शोध सुरू असताना त्यांनी अनेक प्रकारच्या पुस्तकांचा अभ्यास केला. त्याचबरोबर आपल्या आध्यात्मिक शोधात मग्न राहून त्यांनी अनेक ध्यानपद्धतींचा अभ्यास केला. त्यांच्या या शोधाने त्यांना अनेक वैचारिक आणि शैक्षणिक संस्थांमध्ये जाण्यासाठी प्रेरित केले. तरीही अंतिम सत्यापासून ते अद्याप दूरच होते.

सत्यप्राप्तीच्या शोधासाठी जास्तीत जास्त वेळ देता यावा, या तीव्र इच्छेने त्यांना, ते करत असलेले अध्यापनाचे कार्य थांबवण्यास प्रवृत्त केले. जीवनाचे रहस्य समजण्यासाठी त्यांनी बराच काळ मनन करून आपले शोधकार्य सातत्याने सुरू ठेवले. या शोधाच्या शेवटी त्यांना 'आत्मबोध' प्राप्त झाला. आत्मसाक्षात्कारानंतर त्यांना जाणवले, की अध्यात्मातील प्रत्येक मार्ग ज्या एका कडीने जोडलेला आहे, ती कडी आहे 'समज' (Understanding).

सरश्री म्हणतात, 'सत्यप्राप्तीच्या सर्व मार्गांचा आरंभ वेगवेगळ्या प्रकारे होतो, परंतु सर्वांच्या शेवटी मात्र एकच समज प्राप्त होते. ही 'समज'च सर्व काही असून, ती स्वतःच स्वतःत परिपूर्ण आहे. आध्यात्मिक ज्ञानप्राप्तीकरिता या 'समजे'चे श्रवणसुद्धा पुरेसे आहे.' हीच 'समज' प्रदान करण्यासाठी सरश्रींनी 'तेजज्ञान फाउंडेशन'ची निर्मिती केली. तेजज्ञान ही आत्मविकासातून आत्मसाक्षात्कार प्राप्त करण्याची परिपूर्ण ज्ञानप्रणाली आहे.

सरश्रींनी अडीच हजारांहून अधिक प्रवचने दिली आहेत आणि शंभरपेक्षा जास्त पुस्तकांची रचना केली आहे. ही पुस्तके दहाहून अधिक भाषांमध्ये अनुवादित केली गेली असून पेंग्विन बुक्स, हे हाउस पब्लिशर्स, जयको बुक्स, हिंद पॉकेट बुक्स, मंजुल पब्लिशिंग हाउस, प्रभात प्रकाशन, राजपाल ॲण्ड सन्स इत्यादी प्रमुख प्रकाशन संस्थांद्वारे प्रकाशित केली गेली आहेत. सरश्रींच्या मार्गदर्शनाने लाखो लोकांच्या जीवनात परिवर्तन घडले आहे. तसेच, संपूर्ण विश्वाची चेतना वाढवण्यासाठी त्यांनी कित्येक सामाजिक कार्यांची सुरुवातही केली आहे.

तेजज्ञान फाउंडेशन परिचय

तेजज्ञान फाउंडेशन हा आत्मविकासातून आत्मसाक्षात्कार प्राप्त करण्याचा एक प्रभावी मार्ग आहे. यासाठी सरश्रींद्वारा एक अनोखी बोधप्रणाली (System for Wisdom) निर्माण करण्यात आली आहे. या प्रणालीला आंतरराष्ट्रीय प्रमाणपत्र ISO 9001:2008 चे निकष पडताळून आणि त्यांच्या मार्गदर्शक सूचनांनुसार सरळ, व्यावहारिक आणि प्रभावी बनवले गेले आहे.

या संस्थेच्या प्रबोधनपद्धतीच्या भिन्नभिन्न पैलूंना (शिक्षण, निरीक्षण आणि गुणवत्ता) स्वतंत्र गुणवत्ता परीक्षकांद्वारे (Quality Auditors) क्रमबद्ध पद्धतीने पडताळले गेले आणि त्यानंतर या पैलूंना ISO 9001:2008 साठी पात्र समजून या बोधपद्धतीला हे प्रमाणपत्र प्रदान करण्यात आले आहे.

या फाउंडेशनचे उद्दिष्ट आहे आपणास नकारात्मक विचारांकडून सकारात्मक विचारांकडे अग्रेसर करणे. सकारात्मक विचारांकडून शुभ विचारांकडे म्हणजे हॅपी थॉट्सकडे (विधायक आणि आनंदी विचारांकडे) प्रगती. शुभ विचारांकडून निर्विचार अवस्थेकडे मार्गक्रमण आणि निर्विचार अवस्थेच्या अंती आत्मसाक्षात्कार प्राप्ती शक्य आहे. 'मी सर्व विचारांपासून मुक्त व्हावे' हा विचार म्हणजे शुभ विचार (हॅपी थॉट्स) आणि 'मी सर्व इच्छांतून मुक्त व्हावे', अशी इच्छा म्हणजे शुभ इच्छा.

'ज्ञान' या शब्दाचा अर्थ सामान्य ज्ञान असा होतो; परंतु तेजज्ञान म्हणजे ज्ञान व अज्ञान या दोहोंच्या पलीकडचे ज्ञान. पुष्कळ लोक सामान्य ज्ञानाच्या (General Knowledge) माहितीलाच ज्ञान मानतात; परंतु अस्सल ज्ञान आणि नुसती माहिती यांत फार मोठे अंतर आहे. आजमितीला लोक सामान्य ज्ञानाच्या उत्तरांनाच जास्त महत्त्व देतात. अशा ज्ञानाचे विषय म्हणजे कर्म आणि भाग्य, योग आणि प्राणायाम, स्वर्ग आणि नरक इत्यादी. आजच्या युगात सामान्यज्ञान प्राप्त करणारे लोक, आणि असा उपदेश करणारे शिक्षक मोठ्या प्रमाणावर आहेत; परंतु अशा ज्ञानाच्या प्राप्तीने जीवनात काही महत्त्वाचे परिवर्तन घडून येत नाही. असे ज्ञान म्हणजे केवळ बुद्धिविलास आहे किंवा अध्यात्माच्या नावावर चाललेला बुद्धीचा व्यायाम आहे.

सर्व समस्यांवरील उपाय आहे तेजज्ञान. क्रोध, चिंता आणि भय यांपासून मुक्त जीवन म्हणजे तेजज्ञान. शारीरिक, मानसिक, सामाजिक, आर्थिक आणि आध्यात्मिक प्रगतीचा, सर्वांगीण प्रगतीचा मार्ग आहे तेजज्ञान. तेजज्ञान आपल्या अंतरंगात आहे. इथे या आणि

या गोष्टीचा अनुभव घ्या.

आपल्याला असे ज्ञान हवे असेल, जे सामान्य ज्ञानापलीकडे आहे, जे प्रत्येक समस्येवरील उत्तर आहे, जे सर्व प्रकारच्या गृहीत धारणांपासून आपल्याला मुक्त करते, ईश्वरी साक्षात्कार घडवते, जे आपणास अंतिम सत्यात स्थापित करते, तर आता वेळ आली आहे शाब्दिक सामान्यज्ञानातून बाहेर पडून तेजज्ञानाचा अनुभव घेण्याची!

आजवर जपतप, तंत्र-मंत्र, कर्म-भाग्य, ध्यान-ज्ञान, योग-भक्ती असे अनेक मार्ग अध्यात्मात सांगितले गेले आहेत. या सर्व मार्गांनी प्राप्त होणारी अंतिम समज, अंतिम ज्ञान, बोध एकच आहे. अंतिम सत्याच्या जिज्ञासूला, साधकाला शेवटी जी एकच 'समज' प्राप्त होते, ती 'समज' श्रवणानेसुद्धा प्राप्त होऊ शकते. अशा समजप्राप्तीसाठी श्रवण करणे यालाच तेजज्ञान प्राप्त करणे म्हटले गेले आहे. तेजज्ञानाच्या श्रवणाने सत्याचा साक्षात्कार घडतो, ईश्वरी अनुभव मिळतो. हेच तेजज्ञान सरश्री महाआसमानी शिबिरात प्रदान करतात.

महाआसमानी शिबिर (निवासी)

तुम्हांला सर्वोच्च आनंद हवा आहे? असा आनंद, जो कोणत्याही बाह्य कारणावर अवलंबून नाही... जो प्रत्येक क्षणी वृद्धिंगत होतो. या जीवनात तुम्हांला प्रेम, विश्वास, शांती, समृद्धी आणि परमसंतुष्टी हवी आहे का? शारीरिक, मानसिक, सामाजिक, आर्थिक आणि आध्यात्मिक अशा आयुष्याच्या सर्व स्तरांवर यशस्वी होण्याची तुमची इच्छा आहे का? 'मी कोण आहे' हे तुम्हांला अनुभवाने जाणावेसे वाटते का?

तुमच्या अंतर्यामी अशा सर्व प्रश्नांची उत्तरे जाणण्याची इच्छा आणि 'अंतिम सत्य' प्राप्त करण्याची तृष्णा असेल, तर तेजज्ञान फाउंडेशनतर्फे आयोजित 'महाआसमानी शिबिरा'त तुमचे स्वागत आहे. हे शिबिर आजच्या युगातील आध्यात्मिक गुरू सरश्री यांच्या मार्गदर्शनावर आधारित आहे. सरश्री आजच्या लोकभाषेत अत्यंत सहजपणे आध्यात्मिक समज प्रदान करतात.

महाआसमानी शिबिराचा उद्देश

विश्वातील प्रत्येक मनुष्याने 'मी कोण आहे', या प्रश्नाचे उत्तर जाणून तो सर्वोच्च आनंदाच्या अवस्थेत स्थापित व्हावा, हाच या शिबिराचा मुख्य उद्देश आहे. प्रत्येकाला असे ज्ञान प्राप्त व्हावे, जेणेकरून त्याने प्रत्येक क्षणी वर्तमानात जगण्याची कला आत्मसात करावी. तो भूतकाळाचे ओझे आणि भविष्याची चिंता यांतून मुक्त व्हावा. प्रत्येकाच्या आयुष्यात कधीही न संपणारा आनंद आणि योग्य समज यावी. शिवाय, प्रत्येकाने समस्या विलीन करण्याची कला आत्मसात करावी. थोडक्यात, मनुष्यजन्माचा उद्देश सफल व्हावा, हाच या शिबिराचा उद्देश आहे. 'मी कोण आहे? मी इथे का आहे? मोक्ष म्हणजे काय? या जन्मातच मोक्षप्राप्ती शक्य आहे का?' असे प्रश्न जर तुमच्या मनात असतील, तर त्यांवरील उत्तर आहे -'महाआसमानी शिबिर'.

महाआसमानी शिबिराचे मुख्य लाभ

वास्तविक या शिबिराचे लाभ तर असंख्य आहेत; पण त्यांपैकी मुख्य लाभ पुढीलप्रमाणे

- जीवनात शक्तिशाली ध्येय निश्चित होते
- 'मी कोण आहे' हे अनुभवाने जाणता येते (सेल्फ रियलायजेशन)
- मनाचे सर्व विकार विलीन होतात.
- भय, चिंता, क्रोध, बोरडम, मोह, तणाव या नकारात्मक बाबींतून मुक्ती
- प्रेम, आनंद, मौन, समृद्धी, संतुष्टी, विश्वास अशा दिव्य गुणांशी युक्ती
- साधे, सरळ पण शक्तिशाली जीवन जगता येते
- प्रत्येक समस्येचे निराकरण करण्याची कला प्राप्त होते
- 'प्रत्येक क्षणी वर्तमानात जगणे' हा तुचा स्वभाव बनतो
- आपल्यातील सर्व सकारात्मक शक्यता खुलतात
- याच जीवनात मोक्षप्राप्ती होते

महाआसमानी शिबिरात सहभागी कसे व्हाल?

या शिबिरात सहभागी होण्यासाठी तुम्हांला पुढील बाबींची पूर्तता करायची आहे -

१. तुमचे वय कमीत कमी अठरा किंवा त्यापेक्षा अधिक असायला हवे.
२. सर्वप्रथम तुम्हांला 'सत्य-स्थापना' (फाउंडेशन ट्रुथ रिट्रीट) शिबिरात सहभागी व्हावे लागेल. या शिबिरात, तुम्ही प्रामुख्याने दोन बाबी शिकाल - प्रत्येक क्षणी वर्तमानात जगण्याची कला कशी आत्मसात करावी आणि निर्विचार अवस्था कशी प्राप्त करावी.
३. प्राथमिक स्तरावर तुम्हांला काही प्रवचने ऐकायची असून, त्यांतून तुम्ही मूलभूत समज आत्मसात कराल आणि महाआसमानी शिबिरात प्रवेश करण्यासाठी तयार व्हाल.

महाआसमानी शिबिर वर्षभरात तीन-चार वेळा आयोजित केले जाते. यात हजारो सत्यशोधक सहभागी होतात. महाआसमानी शिबिराची पूर्वतयारी तुम्ही तेजज्ञान फाउंडेशनच्या नजीकच्या सेंटरवरही करू शकता. महाराष्ट्रात अहमदनगर, सातारा, औरंगाबाद, नाशिक, नागपूर, वर्धा, अमरावती, चंद्रपूर, यवतमाळ, कोल्हापूर, सांगली, रत्नागिरी, लातूर, बीड, नांदेड, परभणी, पनवेल, मुंबई, ठाणे, सोलापूर, पंढरपूर, जळगाव, अकोला, बुलढाणा, धुळे, भुसावळ आणि महाराष्ट्राबाहेर सुरत, अहमदाबाद, बडोदा, नवी दिल्ली, बंगळुरू, बेळगाव, धारवाड, रायपूर, भुवनेश्वर, कोलकाता, रांची, लखनौ, कानपूर, चंदीगढ, जयपूर, चेन्नई, पणजी, म्हापसा, भोपाळ, इंदोर, इटारसी, हरदा, विदिशा, बऱ्हाणपूर या ठिकाणी महाआसमानी शिबिराची पूर्वतयारी करू शकता.

तेजज्ञान फाउंडेशनमध्ये उपलब्ध असणाऱ्या सरश्री लिखित पुस्तकांचे वाचन करून किंवा सरश्रींच्या प्रवचनांच्या सीडीज ऐकूनही तुम्ही या शिबिराची पूर्वतयारी करू शकता. याशिवाय, तुम्ही टीव्ही, रेडिओ किंवा यू-ट्युबवरील सरश्रींच्या प्रवचनांचा लाभही घेऊ शकता. पण लक्षात घ्या, पुस्तकांतील ज्ञान, सीडी, टीव्ही, रेडिओ आणि यू-ट्युबवरील प्रवचने म्हणजे 'तेजज्ञानाची तोंडओळख' आहे; 'संपूर्ण तेजज्ञान' मुळीच नाही. तुम्ही महाआसमानी शिबिरात सहभागी होऊनच तेजज्ञानाचा आनंद घेऊ शकता. तेव्हा आगामी महाआसमानी शिबिरात सहभागी होण्यासाठी आजच संपर्क करा - ०९९२१००८०६०/ ७५, ९०११०१३२०८

महाआसमानी शिबिरस्थान

हे शिबिर पुण्यातील मनन आश्रम इथे आयोजित केले जाते. इथे तुमच्या निवासाची आणि भोजनाची व्यवस्था केली जाते. तुम्हांला काही शारीरिक व्याधी असतील आणि त्यासाठी जर तुम्ही नियमितपणे औषधे घेत असाल, तर शिबिरात येताना ती सोबत बाळगावीत. शिवाय, वातावरणानुसार गरम कपडे, स्वेटर, ब्लँकेटही आणावे. पुणे शहरापासून १७ किलोमीटर अंतरावर निसर्गरम्य परिसरात मनन आश्रम वसलेला आहे. आश्रमात महिला आणि पुरुष यांच्या निवासाची स्वतंत्र व्यवस्था असून, इथे जवळपास ८०० लोकांच्या राहण्याची व्यवस्था आहे. आपण हवाईमार्ग, हायवे किंवा रेल्वे अशा कोणत्याही मार्गाने पुण्यात येऊ शकता.

मनन आश्रम :

मनन आश्रम, पुणे, सर्व्हे नं. ४३, सणस नगर, नांदोशी गाव, किरकटवाडी फाटा, तालुका हवेली, जिल्हा पुणे ४११०२४. भ्रमणध्वनी : ०९९२१००८०६०

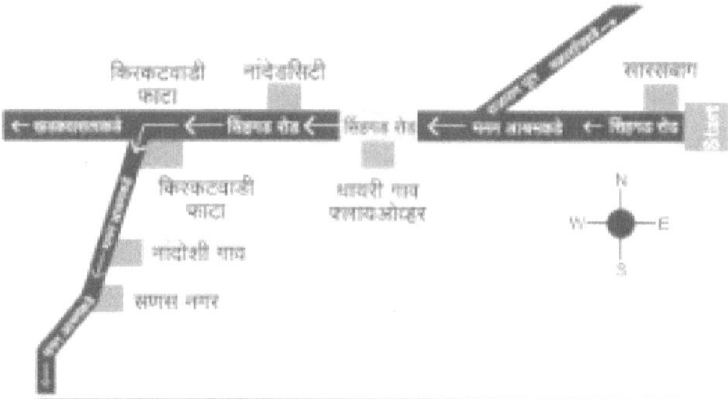

बेस्टसेलर पुस्तक 'विचार नियम'चे रचनाकार सरश्री यांची अन्य श्रेष्ठ पुस्तके

१. **आध्यात्मिक विकास साधण्यासाठी या पुस्तकांचा अवश्य लाभ घ्यावा :**
- अंतर्मनाच्या शक्तीपलीकडील आत्मबळ
- जीवनाची दोन टोके : ध्यान आणि धन
- मांजर आडवं गेले तर : चुकीच्या धारणांतून मुक्ती
- ध्यान दीक्षा : ध्यानाचे दान : 'स्व' साक्षीचे ज्ञान
- ध्याननियम : आध्यात्मिक उन्नतीचा दिव्यमार्ग
- मृत्यू उपरांत जीवन : मृत्यू मोका की धोका
- मृत्यू अंत नव्हे वाटचाल... 'पार्ट टू'चे रहस्य
- ईश्वर कोण? मी कोण? : आत्मसाक्षात्काराचा मार्ग
- तुझी इच्छा तीच माझी इच्छा : भक्ती वरदान

२. **स्व–विकासासाठी या पुस्तकांचा लाभ घ्यावा :**
- विचार नियम : आपल्या यशाचे रहस्य
- विकास नियम : आत्मसंतुष्टीचे रहस्य
- 'सन ऑफ बुद्धा' या कथेतून जाणा : मुलांचा विकास कसा करावा?
- आळसावर मात : उत्साही जीवनाची सुरुवात
- आत्ममनोबल प्राप्त करण्याच्या सात शक्ती : मनासारखे लक्ष्य कसे प्राप्त कराल?
- स्वसंवाद एक जादू : आपला रिमोट कंट्रोल कसा प्राप्त करावा?
- बोरडम, मोह, अहंकार यांपासून मुक्ती : सूक्ष्म विकारांवर विजय
- रचनात्मक विचारसूत्र : नावीन्यपूर्ण विचारांद्वारे जीवन बदलण्याचा मार्ग
- महापुरुषांच्या लेखणीतून...
- सुगंध नात्यांचा : सोनेरी नियमाची किमया

३. **युवकांनी या पुस्तकांचा लाभ घ्यावा :**
- स्वामी विवेकानंद : भारतातील गुरू-शिष्य परंपरेची मशाल
- भगवान बुद्ध : साधना रहस्य आणि जीवनचरित्र
- गुरूनानक : जीवनचरित्र आणि निर्वाण अवस्था
- संत ज्ञानेश्वर : समाधी रहस्य आणि जीवनचरित्र
- रामायण : वनवास रहस्य
- आजच्या युवा पिढीसाठी : विचार नियम फॉर यूथ
- नींव नाइन्टी फॉर टीन्स : बेस्ट कसे बनाल?
- श्रीरामांकडून काय शिकाल : नवरामायण फॉर टीन्स

४. **या पुस्तकांद्वारे प्रत्येक समस्येचे समाधान प्राप्त करा**
- स्वीकाराची जादू : त्वरित आनंद कसा प्राप्त करावा?
- भय, चिंता आणि क्रोध यांपासून : मुक्ती

५. **या आध्यात्मिक कादंबऱ्यांद्वारे जीवनाचे गूढ रहस्य जाणा**
- योग्य कर्मांद्वारे यशप्राप्ती : सन ऑफ बुद्धा
- शोध स्वतःचा : In Search of Peace
- पृथ्वी लक्ष्य : मृत्यूचे महासत्य
- दुःखात खूश राहण्याची कला : संवाद गीता

www.ingramcontent.com/pod-product-compliance
Lightning Source LLC
LaVergne TN
LVHW100326181026
850499LV00039B/1001
* 9 7 8 9 3 8 6 2 0 4 8 5 1 *